இந்திய சூஃபிகள் வரிசை

ஹஸ்ரத் ஆஸாத் ரஸூல்

நாகூர் ரூமி

'அடுத்த விநாடி' என்ற நூலின் மூலம் லட்சக்கணக்கான வாசகர்களைப் பெற்ற நாகூர் ரூமியின் இயற்பெயர் ஏ.எஸ். முகம்மது ரஃபி. ஆம்பூரில் மஸ்ஹரூல் உலூம் கல்லூரியின் ஆங்கிலத் துறைத்தலைவராகப் பணியாற்றியவர். மாணவர்களுக்காக எழுதிய 'ஜாலியா ஜெயிக்கலாம் வாங்க ஸ்டூடண்ட்ஸ்' என்ற நூல் பெரும் வரவேற்பைப் பெற்றது. ஹோமர் எழுதிய 'இலியட்' எனும் மாபெரும் கிரேக்க காவியத்தைத் தமிழில் மொழிபெயர்த்திருப்பவர். கம்பனையும் மில்டனையும் ஒப்பாய்வு செய்து டாக்டர் பட்டம் பெற்றவர்.

இந்திய சூஃபிகள் வரிசை

1. நிஜாமுத்தீன் அவ்லியா
2. குணங்குடி மஸ்தான் சாஹிப்
3. தாஜுத்தீன் பாபா
4. யாஸீன் மௌலானா நாயகம்
5. ஹஸ்ரத் ஆஸாத் ரஸூல்

இந்திய சூஃபிகள் வரிசை

ஹஸ்ரத் ஆஸாத் ரஸூல்

நாகூர் ரூமி

ஹஸ்ரத் ஆஸாத் ரஸூல்: *இந்திய சூஃபிகள் வரிசை*

Hazrat Azad Rasool : *Indiya Sufigal Varisai*

Nagore Rumi ©

First Edition: December 2022
88 Pages
Printed in India.

ISBN: 978-93-90958-80-1
Kizhakku - 1294

Kizhakku Pathippagam
177/103, First Floor, Ambal's Building, Lloyds Road, Royapettah, Chennai - 600 014. Ph: +91-44-4200-9603
Email : support@nhm.in   Website : www.nhm.in

◼ kizhakkupathippagam   ▮ kizhakku_nhm

Author's Email: ruminagore@gmail.com

All illustrations, photos and images are for informational purposes only and are copyrighted by their respective owners.

Kizhakku Pathippagam is an imprint of New Horizon Media Private Limited

The views and opinions expressed in this book are the author's own and the facts are as reported by the author, and the publishers are not in any way liable for the same.

All rights reserved. No part of this publication may be reproduced, stored in a retrieval system, or transmitted, in any form or by any means, electronic, mechanical, photocopying, recording or otherwise, without the prior permission of the publishers.

சமர்ப்பணம்

நக்ஷபந்தி முஜத்திதி தரீக்கா எனும்
ஆன்மிகப்பாதை உருவாக மூலகாரணமாக இருந்த
ஞானிகளில் ஒருவரும் எங்கள் முன்னோர்களில் ஒருவருமான
ஞானி ஹஸ்ரத் ஷாஹ் வலியுல்லாஹ் தெஹ்லவி
அவர்களுக்கு

பொருளடக்கம்

	அறிமுகம்	...	9
1.	நக்ஷபந்தி முஜத்திதி ஆன்மிகப்பாதை	...	13
2.	ஹஸ்ரத் ஆஸாத் ரஸூல் வாழ்க்கைக் குறிப்பு	...	20
3.	குருவைச் சந்தித்தல்	...	31
4.	ஹஸ்ரத் சயீத்கான் வாழ்க்கைக் குறிப்பு	...	36
5.	நிகழ்த்திய அற்புதங்கள்	...	56
6.	குருவுடன் புனிதப்பயணம்	...	63
7.	முடிவில் தொடக்கம்	...	67
8.	தி இன்ஸ்ட்டிட்யூட் ஆஃப் சர்ச் ஃபார் ட்ரூத்	...	73
9.	இதயமே இதயமே	...	77
10.	வெளிநாட்டுச் சீடர்களோடு	...	82
11.	நக்ஷபந்தி முஜத்திதி பாதையின் ஆன்மிகப் பாரம்பரிய தொடர்	...	87

அறிமுகம்

ஸூஃபி ஞானி ஹஸ்ரத் இனாயத் கான் (1882 - 1927) அவர்களுக்குப் பிறகு ஸூஃபித்துவத்தை உலகெங்கும், குறிப்பாக மேற்கத்திய நாடுகளுக்கு எடுத்துச்சென்ற பெருமைக்குரிய ஞானி ஹஸ்ரத் ஆஸாத் ரஸூல்தான் என்று சொன்னால் மிகையாகாது.

ஸூஃபித்துவம் என்பது முஸ்லிம்களுக்கு மட்டும் உரிய ஒரு பாதையல்ல. அது ஒரு பிரபஞ்சப்பாதையாகும். யார் வேண்டுமானலும் அதில் பயணித்துப் பலனடையலாம் என்பதே அவர்களது வாழ்வின் முக்கிய செய்திகளின் ஒன்றாக இருந்தது என்று சொல்லலாம்.

முஸ்லிமல்லாதவர்கள் ஸூஃபிப்பாதையில் இறுதிவரை பயணிக்க முடியுமா என்பது ஒரு கேள்விக்குறிதான். ஏனெனில் ஒரு கட்டத்தில் இஸ்லாத்தின் அடிப்படை நம்பிக்கைகளை ஏற்றுக்கொண்டு சில பயிற்சிகளைச் செய்யவேண்டிவரும். அப்போது முஸ்லிமல்லாதவர்களுக்கு சில மனத்தடைகள் ஏற்படலாம்.

ஒருவருடைய மனநிலை ஞானி பரமஹம்சருடையதைப்போல இருந்தால் மட்டுமே மாற்றுமதப் பாதையிலும் சென்று சத்தியத்தை உணர்வது சாத்தியமாகும். உதாரணமாக, ஒரு முஸ்லிம் குருவின் உபதேசத்தின்படி இஸ்லாமிய

ஆன்மிகப்பயிற்சிகளை அவர் பின்பற்றிய காலகட்டத்தில் தன்னால் சிலைவணக்கம் செய்யவோ கோவிலுக்குச் செல்லவோ முடியவில்லை என்று அவர் கூறினார் (The Gospel of Sri Ramakrishna, பக்கம் *46*). அவர் மேற்குவங்காளத்தில் இருந்த தக்ஷிணேஷ்வர் காளி கோயில் பூசாரியாகத் தன் வாழ்நாளைக் கழித்தவர் என்பதை மறக்கக்கூடாது.

சத்தியத்தின் பாதையானது எந்த மதத்துக்கும் சொந்தமானதல்ல என்ற உண்மையை உரக்கச்சொன்ன மிக முக்கியமான இரண்டு ஞானிகளில் இரண்டாமவர் ஹஸ்ரத் ஆஸாத் ரஸூல் ஆவார்கள்.

அவர்களது வாழ்க்கையும், ஆன்மிகத்துறையில் அவர்கள் செய்த முயற்சிகளும் மதங்களைக் கடந்தவை. உண்மையை எப்படியாவது உணர்ந்துகொள்ளவேண்டும் என்ற தாகம் அவர்களிடம் மேலோங்கி இருந்தது. அதன் விளைவாக ஒரு காலகட்டத்தில் சில சாதுக்கள் சொன்னபடி கங்கையில் நீராடி ராமநாமத்தை உச்சரித்துக்கொண்டு இருந்ததாகக் கூறுகிறார்கள்.

மதஅடிப்படை வாதிகளின் வெறுப்புக்கும் எதிர்ப்புக்கும் ஆளாகவேண்டி வருமே என்று இந்த உண்மையை அவர்கள் தன் வாழ்க்கை வரலாற்று நூலில் மறைக்கவில்லை. அதைச்சொல்வதில் அவர்களுக்கு எந்த மனத்தடையும் இருக்கவில்லை. உண்மையைத் தெரிந்துகொள்ளவேண்டும் என்ற தாகம் மட்டுமே அவர்களிடம் இருந்தது. மதம் அதற்கு ஒரு தடையாக அவர்களிடம் இல்லை. பரந்துபட்ட ஸூஃபி மனப்பான்மையின் வெளிப்பாடு அது. அவர்களின் வாழ்க்கையும் செய்தியும் அதைத்தான் வெளிப்படுத்தியது. அது மிகவும் அரிதானது. நிச்சயம் கொண்டாடப்படவேண்டிய ஸூஃபி அவர்கள்.

தாய்மொழியில் பேசுவதுபோலவே ஆங்கிலத்திலும் புலமை பெற்றிருந்த ஹஸ்ரத் ஆஸாத் ரஸூல் மேற்கத்தியர்களிடம் ஸூஃபித்துவம் பற்றி எடுத்துரைத்தார்கள். அவர்களுடைய கேள்விகளுக்கும் சந்தேகங்களுக்கும் விடை கொடுத்தார்கள். அவர்களுக்கு ஒரு தெளிவை ஏற்படுத்தினார்கள். மேற்கத்திய அறிஞர்கள் மற்றும் ஆன்மிக ஆர்வலர்கள் கேட்ட கேள்விகளுக்கு அவர்கள் சொன்ன பதில்கள் அடங்கிய ஒரு புத்தகம் ஆங்கிலத்தில் TurningToward the Heart என்ற தலைப்பில் வெளியிடப்பட்டது. அந்நூலைத் தமிழில்

‘இதயத்தை நோக்கித் திரும்புதல்’ என்ற தலைப்பில் தமிழாக்கம் செய்யும் வாய்ப்பு எனக்குக் கிடைத்தது.

அந்நூலை இதே கிழக்கு பதிப்பகம்தான் வெளியிட்டது என்பதைக்கூறிக்கொள்வதில் பெருமையடைகிறேன். கிழக்கு பதிப்பகத்தின் மூலமாக இப்போது ஹஸ்ரத் ஆஸாத் ரஸுல் அவர்களின் வாழ்க்கை வரலாறு வெளியாகிறது.

இந்த நூலை எழுத அனுமதியும், ஆதரவும் கொடுத்தது ஹஸ்ரத் ஆஸாத் ரஸுல் அவர்களின் அருமை மகனார், இன்று சூஃபிப்பள்ளியை உலகளாவ வழிநடத்திக்கொண்டிருக்கும் ஞானாசிரியர் ஹஸ்ரத் ஹாமித் ஹஸன் அவர்கள் (ஹஸ்ரத் ஆஸாத் ரஸுலின் குருவின் பெயர்தான் ஹாமித் ஹஸன்). அப்பெயரை தன் மகனுக்கு வைத்தார்கள். ஹாமித் ஹஸன் அவர்களின் சீடராகவும் கொஞ்சகாலம் ஆஸாத் ரஸுல் இருந்துள்ளார்கள்.

நக்ஷபந்தி முஜத்திதி பாதையை உருவாக்கிய மூலவர்களில் ஒருவரான ஹஸ்ரத் சையித் அப்துல் பாரி ஷாஹ் அவர்கள் ஹஸ்ரத் ஹாமித் ஹஸன் அவர்களின் தந்தை மியான் கரீம் பக்ஷ் அவர்களின் சீடராவார் என்பது குறிப்பிடத்தக்கது.

ஒரு காலகட்டத்தில் தேவைப்படும்போதெல்லாம் நான் ஆஸாத் ரஸுல் அவர்களின் அருமை மகனார் ஹாமித் ஹஸன் அவர்களுக்கு மின்னஞ்சல் கொடுத்து பல கேள்விகளைக் கேட்டேன். அவற்றுக்கெல்லாம் பதில் கொடுத்து என்னை கௌரவித்த அவர்களுக்கு என் நெஞ்சார்ந்த நன்றிகள்.

இந்த நூலுக்காக நான் பயன்படுத்திய ஹஸ்ரத் ஆஸாத் ரஸுல் அவர்கள் எழுதிய The Search for Truth என்ற ஆங்கில நூலையும் அதன் தமிழாக்கமான ‘சத்திய வேட்கை’ என்ற நூலையும் எனக்குக் கொடுத்துதவிய சூஃபிப்பள்ளியைச் சேர்ந்த சகோதரர் நண்பர் ஷாஹுல் ஹமீதுக்கு என் நன்றிகள். நக்ஷபந்தி முஜத்திதி, சிஷ்தி, ஷாதுலி, காதிரி ஆகிய ஆன்மிகப்பாதைகளின் பயிற்சிகள் பற்றிய Sufi Musings என்ற ஆங்கில நூலை எனக்கனுப்பி உதவிய சகோதரர் சிங்கப்பூர் அபூபக்கர் அவர்களுக்கும் என் நெஞ்சார்ந்த நன்றிகள்.

பல ஞானாசிரியர்களின் பெயர்கள் ஹஸ்ரத் என்று தொடங்குவதால், ஹஸ்ரத் என்று மட்டும் வருமிடங்களில்

அச்சொல் ஆஸாத் ரஸூல் அவர்களைக் குறிப்பதாக எடுத்துக்கொள்ளவும்.

இந்த நூல் ஹஸ்ரத் ஆஸாத் ரஸூல் அவர்களைப்பற்றியதுதான் என்றாலும் அவர்கள் வாழ்வோடு பின்னிப் பிணைந்த அவர்களது ஞானாசிரியர் ஹஸ்ரத் சயீத்கான் அவர்களைப் பற்றியதும்தான். எனவே குரு, சீடர், ஆகிய இரண்டு சூஃபிகளின் வாழ்க்கை வரலாறாகவும் இந்நூல் தவிர்க்க முடியாமல் அமைந்துள்ளது.

அழகிய முறையில் இந்நூலை வெளிக்கொண்டுவரும் கிழக்குப் பதிப்பகத்தாருக்கும் நண்பர் பத்ரி அவர்களுக்கும், சகோதரன் மருதன் அவர்களுக்கும், சகோதரி வைதேகி அவர்களுக்கும் நெஞ்சார்ந்த நன்றிகள்.

அன்புடன்

நாகூர் ரூமி
13.11.2022

1

நக்ஷபந்தி முஜத்திதி ஆன்மிகப்பாதை

ஹஸ்ரத் ஆஸாத் ரஸூல் அவர்கள் எடுத்துரைத்த நக்ஷபந்தி முஜத்திதி தரீக்கா எனும் ஆன்மிகப்பாதை பற்றித் தெரிந்து கொள்ளுமுன் இஸ்லாமிய ஆன்மிகப்பாதைகளின் வரலாற்றைச் சுருக்கமாகத் தெரிந்துகொள்வது பலனளிக்கும்.

கிபி 12ம் நூற்றாண்டில்தான் தரீக்கா எனும் ஆன்மிகப்பாதைகள் உலகம் முழுவதும் பரவத் தொடங்கின. அதற்குமுன்னும் அவைகள் இருந்திருக்கலாம். ஆனால் 12ம் நூற்றாண்டில்தான் அவை உலகின் கவனத்தை ஈர்த்தன.

குறிப்பிட்ட நாளில் அல்லது ஒவ்வொரு நாளும் குறிப்பிட்ட இடத்தில் குழுமி திருமறையை ஓதுவது, திருநபி புகழ் பாடுவது, இறைநேசர்களின் வரலாறுகளையும் புகழையும் எடுத்துச் சொல்வது, ஆன்மிகப்பயிற்சிகளை மேற்கொள்வது, கவிதை பாடுவது, இசையுடன் கூடிய புகழ்பாடுவது என்பதெல்லாம் ஆன்மிகப்பாதைகளின் பொதுவான நடைமுறைகளாகும். ஒவ்வொரு பாதைக்கென்றும் குறிப்பிட்ட கூடுமிடங்கள் அமைக்கப்பட்டன. அவை கான்காஹ், தைக்கா, ஜாவியா என்றெல்லாம் சொல்லப்படுகின்றன.

காதிரிய்யா, சிஷ்திய்யா, நக்ஷபந்தியா, ஷத்தாரிய்யா, சுஹ்ரவர்திய்யா, மௌலவிய்யா என பல தரீக்காக்கள் உலகில் பிரபலமாக உள்ளன. உதாரணமாக சிஷ்திய்யா என்று

சொன்னால் உடனே அஜ்மீரில் அடங்கியிருக்கும் ஞானி க்வாஜா முயீனுத்தீன் சிஷ்தியைத்தான் சொல்வார்கள். அந்த ஆன்மிகப்பாதை அவர்கள் மூலமாகப் பிரபலமானாலும் அதை உருவாக்கியது அவர்களல்ல. சிரியாவைச் சேர்ந்த ஷெய்கு அபூ இஸ்ஹாக் ஷாமி அவர்களால் பத்தாம் நூற்றாண்டில் உருவாக்கப்பட்ட பாதை அது.

காதிரிய்யா தரீக்கா ஞானிகள் கோமான் முஹ்யித்தீன் அப்துல் காதிர் ஜீலானி அவர்களால் பாக்தாதில் துவங்கப்பட்டது. இவ்வுலகில் மிக அதிகமான பின்பற்றுவோர் எண்ணிக்கையைக் கொண்ட பாதை இதுதான் என்று சொல்லலாம்.

ஷாதிலிய்யா தரீக்கா எகிப்தில் ஞானி ஷாதிலி நாயகம் அவர்களாலும், மௌலவிய்யா தரீக்கா துருக்கியில் கவிஞானி மௌலானா ஜலாலுத்தீன் ரூமி அவர்களாலும், சுஹ்ரவர்திய்யா தரீக்கா பாக்தாதில் சுஹ்ரவர்தி அவர்களாலும் துவங்கப்பட்டன. சிஷ்திய்யாவைத் தவிர, மற்ற தரீக்காக்கள் அனைத்துமே 12/13/14ம் நூற்றாண்டுகளில் பல்வேறு நாடுகளில் துவங்கப்பட்டுள்ளன என்பது வரலாற்று ஒற்றுமையாகும்.

இப்பாதைகளில் ஒன்றுதான் நக்ஷபந்தியா பாதை. மத்திய ஆசியாவில் இது 12-ம் நூற்றாண்டில் துவங்கியது. பின்னர் துருக்கி, காகசஸ், இந்தியா ஆகிய நாடுகளுக்குப் பரவியது. 14ம் நூற்றாண்டில் உஸ்பெக்கிஸ்தானில் புகாரா நகரில் வாழ்ந்த ஷெய்கு பஹாவுத்தீன் நக்ஷபந்த் (இ.1389) அவர்களின் பெயரால் இது அறியப்படுகிறது. அமைதியான தியானம் செய்வதில் பஹாவுத்தீன் அவர்கள் புகழ்பெற்றிருந்தார்கள். அந்தத் தொடர்ச்சியிலேயே இந்த ஆன்மிகப்பாதையில் அமைதியான தியானத்துக்கு முக்கியப்பங்கு கொடுக்கப்படுகிறது. தன் இறப்புக்கு முன்னர் பஹாவுத்தீன் அவர்களின் ஞானாசிரியரான அமீர் குலால் அவர்கள் பஹாவுத்தீனைப் பின்பற்றும்படி தன் சீடர்களுக்குச் சொன்னார்கள்.

நக்ஷபந்தியின் சீர்திருத்தப்பட்ட கிளையான நக்ஷபந்தி முஜத்திதி பாதையிலும் அமைதியான, வார்த்தைகளற்ற, இதயத்தை நோக்கிய 'முராகபா' எனும் தியானத்துக்கு முக்கிய பங்குண்டு. 'முராகபா' என்ற சொல்லுக்கு அமைதியாக அமர்ந்து இறைவனின் அருள் கிடைப்பதற்காகக் காத்திருத்தல் என்று ஒரு பொருளுண்டு.

மற்ற பாதைகளில் மனோஇச்சைகளை அடக்குவதில் கவனம் செலுத்தப்பட்டது. அதில் முழுமையான வெற்றியைப்பெற பல

ஆண்டுகளை சாதகர்கள் செலவிடவேண்டியிருந்தது. அப்படியும் எல்லாருக்கும் முழுவெற்றி கிடைத்துவிடவில்லை. அதையெல்லாம் கவனித்த பஹாவுத்தீன் அவர்கள் இதயத்துக்கு இறைவனின் அருளாசிகள் கிடைக்கவைப்பதில் கவனம் செலுத்தினார்கள். இதயம் சுத்தமாகிவிட்டால் மற்ற காரியங்களெல்லாம் எளிதாகிவிடுமல்லவா?

'நக்ஷபந்தி முஜத்திதி' எனும் சீர்திருத்தம் செய்யப்பட்ட ஆன்மிகப்பாதையானது 16-ம் நூற்றாண்டில் வாழ்ந்த பஞ்சாபைச் சேர்ந்த ஷெய்கு அஹ்மத் ஃபாரூக்கி சர்ஹிந்தி அவர்களின் பெயரால் அழைக்கப்படுகிறது. 'முஜத்திதி' என்றால் 'சீர்திருத்தவாதி' என்று பொருள். சூஃபித்துவத்தின் நோக்கமே இஸ்லாம் சொல்லவரும் உண்மையை அனுபவப்பூர்வமாக உணரவைப்பதுதான் என்று சர்ஹிந்தி கூறினார்கள்.

சூஃபித்துவத்தின் நோக்கமென்ன என்று கேட்டபோது, 'எந்த உண்மை உங்களுக்கு சுருக்கமாகத் தெரியுமோ அதையே அனுபவத்தில் விளக்கமாக அறிந்துகொள்வதுதான்' என்று ஒரு கடிதத்தில் ஒரு கேள்விக்கு சர்ஹிந்தி பதில் கூறினார்கள்.

நம் ஒவ்வொருவருக்குள்ளும் 'லதாயிஃப்' எனப்படும் நுட்பமான ஆன்மிக மையங்கள் பத்து உள்ளன என்றும், அவற்றை எழுப்புவது எப்படி என்றும் சர்ஹிந்தி விளக்கிச்சொன்னார்கள். அதற்கான ஆன்மிகப்பாடங்களையும் வகுத்துக் கொடுத்தார்கள்.

சர்ஹிந்தியைத் தொடர்ந்து சையத் அப்துல் பாரி ஷாஹ் (1859) இப்பாதையை முன்னெடுத்துச் சென்றார்கள். சூஃபிகளால் 'பாஸ் அன் ஃபாஸ்' என்று சொல்லப்பட்ட மூச்சுப்பயிற்சியை இளம் வயதில் செய்துகொண்டிருந்தபோதே ஞானமடைந்த ஞானி அவர்கள். அவர்கள் காலமாவதற்கு முன்பு, இப்பாதையானது உலகெங்கும் பரவும் என்ற செய்தி ஒரு காட்சி மூலமாக அவர்களுக்குக் கிடைத்ததாகச் சொல்லப்படுகிறது.

இறைஅங்கீகாரம் பெற்ற ஒரு ஞானகுருவால்தான் ஆன்மிகப்பாதையில் ஆர்வம் கொண்டவர்களுக்கு வழிகாட்ட முடியும். அந்தவகையில் ஒவ்வொரு ஞானகுருவுக்கும் ஒரு குரு பாரம்பரியம் இருக்கும். அப்பாரம்பரியம் முஹம்மது நபி அவர்களிடம் சென்று முடிவடையும்.

ஒரு குருவின் விருப்பமும் இறைவனின் விருப்பமும் வேறுவேறல்ல. இறைவனின் விருப்பத்துக்கு மாற்றமானதை

ஒரு குரு விரும்பமாட்டார். எனவே குருவுக்குச் செய்யும் சேவை இறைவனுக்கு செய்யப்படும் சேவையாகும்.

எல்லா இஸ்லாமிய ஆன்மிகப்பாதைகளும் சென்று சேருமிடம் முஹம்மது நபியவர்கள்தான். அது சில்சிலா என்ற சொல்லால் குறிக்கப்படுகிறது. ஹஸ்ரத் அபூபக்கர் (இ. கிபி 634), இமாம் ஜாஃபர் சாதிக் (இ.765), ஹஸ்ரத் பஹாவுத்தீன் நக்ஷபந்த் (1389), ஹஸ்ரத் அஹ்மத் ஃபாரூக்கி சர்ஹிந்தி (இ.1624), ஹஸ்ரத் ஷாஹ் வலியுல்லாஹ் (இ.1762), ஹஸ்ரத் சையித் அப்துல் பாரி ஷாஹ் (இ.1900) ஆகியோர் மூலமாக ஹஸ்ரத் ஆஸாத் ரஸூல் முஹம்மது நபியவர்களோடு போய்ச்சேரும் நக்ஷபந்தி முஜத்திதி எனும் ஆன்மிகப்பாதையின் 33வது இணைப்பாக இருந்தார்கள்.

நக்ஷபந்தி முஜத்திதி ஆன்மிகப்பாதையானது இந்தியாவைத் தாண்டி உலகின் பல நாடுகளுக்கும் பரவியதற்கு ஹஸ்ரத் ஆஸாத் ரஸூல் காரணமாக இருந்துள்ளார்கள். பல இனங்களையும், பல நாடுகளையும், பல கலாச்சாரங்களையும் சேர்ந்த பன்னாட்டு மக்கள் அவர்களுக்கேயுரிய பலவிதமான கேள்விகளுடன் ஹஸ்ரத் ஆஸாத் ரஸூலிடம் வந்தனர். அவர்களுடைய கேள்விகளுக்கும் சந்தேகங்களுக்கும் தகுந்த பதில்களைச் சொல்லி இந்தப்பாதை உலகெங்கிலும் தழைத்தோங்க ஹஸ்ரத் ஆஸாத் ரஸூல் செய்த பங்களிப்பு மிகக்கடினமானதும் மகத்தானதுமாகும்.

அவர்களின் உத்தரவுப்படி, இந்தப்பாதையின் தொடக்ககால ஆன்மிகப்பயிற்சிகள் முஸ்லிமல்லாதவர்களுக்குக் கொடுக்கப் பட்டன. அதன் காரணமாக பல நாடுகளிலும் இப்பாதை பரவுவதற்கு ஏதுவானது. ஆங்கிலத்தில் மிகவும் சரளமாக ஹஸ்ரத் ஆஸாத் ரஸூல் பேசினார்கள். அதுமட்டுமல்ல. அவர்கள் சொன்னதன் அடிப்படையில் சில பயிற்சிகளை மேற்கொண்டதும், அப்படி மேற்கொண்ட மேற்கத்தியர் களுக்கும் ஆன்மிக உண்மைகள் அனுபவத்தில் புலப்படத் தொடங்கின.

ஆர்தர் புஹ்லர் (Arthur F. Buehler) போன்ற புகழ்பெற்ற மேற்கத்தியர்கள் இப்பாதையின் பக்கம் இழுக்கப்படுவதற்கு அது உதவியாக இருந்தது. அவர் ஹஸ்ரத் அவர்களை 2000-ல் டெல்லியில் சந்தித்தார். அவர்களால் மிகவும் கவரப்பட்ட அவர் ஆஸாத் ரஸூல் அவர்களைப்பற்றிய Writings from the Heart என்ற சிறு வரலாற்று நூலுக்கு விரிவானதொரு முன்னுரை எழுதியிருக்கிறார்.

ஆஸாத் ரஸுல் அவர்கள் நக்ஷபந்தி முஜத்திதி ஆன்மிகப்பாதையின் குருவாக அறியப்பட்டாலும், காதிரிய்யா, சிஷ்திய்யா, ஷாதிலிய்யா ஆகிய ஆன்மிகப்பாதைகளிலும் குருவாக இருந்தார்கள். உலகம் முழுவதும் நக்ஷபந்தி முஜத்திதி பாதை பரவும் என்று சையித் அப்துல் பாரிஷாஹ் அவர்கள் கண்ட காட்சி ஹஸ்ரத் ஆஸாத் ரஸுல் மூலமாக நிறைவேறியது என்று கூறலாம்.

*1960, 70*களில் ஆன்மிகத்தின்மீது கொண்ட ஆர்வம் காரணமாக பல ஐரோப்பியர்கள் இந்தியாவுக்கு வந்தனர். அதில் பலர் யோக பாரம்பரியத்தையே பெரிதும் தேர்ந்தெடுத்தனர். சூஃபித்துவம் என்பது ஏதோ இஸ்லாத்துக்கு மட்டும் உரியது என்று அவர்கள் நினைத்ததுதான் அதற்குக் காரணம் என்பதை ஆஸாத் ரஸுல் விளங்கிக்கொண்டார்கள்.

குறிப்பாக, நக்ஷபந்தி முஜத்திதி பாதையின் வார்த்தைகளற்ற நிசப்த தியானமானது முஸ்லிம்களுக்கு மட்டுமின்றி, எல்லா மனிதர் களுக்குமானது என்பது என்ற உண்மையை அம்மேற்கத்தியர் களுக்கு உணர்த்த ஆஸாத் ரஸுல் விரும்பினார்கள்.

'முராகபா' எனும் தியானமானது வார்த்தைகளோடு தொடர்பு கொண்டதல்ல. அது வார்த்தகளற்றது. எனவே ஒருவரின் கலாச்சாரம், மொழி, பண்பாடு எதுவாக இருந்தாலும் அவரால் அந்த 'முராகபா'வை வெற்றிகரமாகச் செய்து முடித்து அதன் பலனைப்பெற முடியும். எனவே எந்நாட்டவராக இருந்தாலும், பந்நாட்டவரும் அந்த தியானத்தைச் செய்து பலனைப் பெறமுடியும் என்பதை மேற்கத்தியர்களுக்கு உணர்த்த ஆஸாத் ரஸுல் விரும்பினார்கள்.

எனவே ஆரம்பகட்டப்பயிற்சியாக 'முராகபா'வை முஸ்லிம் களும் முஸ்லிமல்லாதவர்களும் செய்ய அனுமதிக்கவேண்டும் என்று விரும்பினார்கள். எனவே தன் குருநாதரான ஹஸ்ரத் சயீத்கான் அவர்களிடம் ஒருநாள் இப்படிக் கூறினார்கள்:

> உண்மையைத்தேடி ஐரோப்பாவிலிருந்தும், வடஅமெரிக்காவி லிருந்தும் பலர் இந்தியாவுக்கு வருகிறார்கள். ஆனால் அவர்கள் இங்கே வந்து யோகா மற்றும் அதையொத்த கலைகளைக் கற்றுக்கொண்டு சென்றுவிடுகிறார்கள். முஸ்லிம் இறைநேசர்களையோ சூஃபிகளையோ சந்திப்பதில்லை. முஸ்லிம் ஞானிகளிடமிருந்து சத்தியத்தைத் தெரிந்துகொள்ளவேண்டும் என்றால் முதலில் மதம்மாறவேண்டும், இஸ்லாத்தை ஏற்றுக்கொள்ள

வேண்டும் என்று அவர்கள் நினைக்கிறார்கள். ஒருவரின் மதத்தை மாற்றிக்கொள்வது அவ்வளவு எளிதான காரியமல்ல. அது அவர்கள் ஒட்டுமொத்த வாழ்முறையையே, வடிவமைப்பையே மாற்றிவிடும் என்று அவர்கள் அஞ்சுகிறார்கள். எனவே அவர்களுக்காக நாம் ஒரு அமைப்பைத் தொடங்கவேண்டும். அதில் மதம்மாறுவது ஒரு நிபந்தனையாக இருக்கக்கூடாது. அவர்களுக்கு நம் தியானம் சொல்லித்தரப்பட வேண்டும். அதன்மூலமாக சில உண்மைகளை அவர்கள் உணர்ந்துகொள்ளவேண்டும். அவர்கள் இஸ்லாத்துக்கு வருவதும் வராததும் அவர்கள் இஷ்டமாக இருக்கவேண்டும்.

எனவே இந்த நோக்கத்துக்காக, தன் ஞானாசிரியர் சயீத்கான் அவர்களின் அனுமதியுடன் 1975ல் ‘இன்ஸ்ட்டிட்யூட் ஃபார் த சர்ச் ஆஃப் ட்ரூத்’ (The Institute for the Search of Truth) தொடங்கப்பட்டது. ஆஸாத் ரஸூல் அவர்களின் நுண்ணறிவால் நக்ஷபந்தி முஜத்திதி பாதை உலகெங்கிலும் வேகமாகப்பரவ அது உதவியது. 2006ல் ஹஸ்ரத் ஆஸாத் ரஸூல் காலமானபோது இப்பள்ளியின் கிளைகள் அமெரிக்கா, ஆஸ்திரேலியா, யூகே, பாகிஸ்தான், இதாலி, ஜெர்மனி, போலந்து, மலேஷியா, சிங்கப்பூர், ஓமன், கனடா, நியூஸிலாந்து, பங்களாதேஷ், போன்ற நாடுகளில் பரவியிருந்தது.

ஒரு உலகளாவிய ஸூஃபிப்பள்ளியை முன்னெடுத்துச்செல்லத் தகுதியான குருவாக ஹஸ்ரத் இருந்தார்கள். ஆங்கிலத்தில் சரளமாகப் பேசமுடிவது மட்டுமின்றி, ஆங்கில இலக்கியம், கிறிஸ்தவம், மேற்கத்திய தத்துவம் ஆகியவற்றை அவர்கள் ஆழமாக அறிந்துவைத்திருந்தார்கள். டெல்லி ஜாமியா மில்லியா பல்கலைகழகம், அலிகர் முஸ்லிம் பல்கலைக்கழகம் ஆகியவற்றில் படித்த மற்றும் ஆசிரியராகவும், பேராசிரியராகவும் பணியாற்றிய அனுபவங்கள் அவர்களுக்கு இவ்விஷயத்தில் பெரிதும் உதவின.

ஹிந்து மதம் சார்ந்த ஆன்மிகப் பாரம்பரியத்தையும் அவர்கள் நன்கறிந்து வைத்திருந்தார்கள். ஸூஃபித்துவப்பாதையில் பயணம் தொடங்குவதற்குமுன்பே வேதாந்தம், யோகா ஆகிய விஷயங்களில் அவர்கள் விற்பன்னராக இருந்தார்கள். ஒரு ஹிந்து ஸ்வாமியிடமிருந்து அவற்றை அவர்கள் கற்றிருந்தார்கள்.

முதலில் வெறும் ஆசிரியராக இருந்த அவர்கள், விரைவிலேயே ஜாமியா மில்லியா பல்கலைக்கழகத்தின் பேராசிரியராக உயர்ந்தார்கள். இளம் மாணவர்களை உருவாக்குகின்ற

காரியத்தில் பல ஆண்டுகள் ஈடுபட்டிருந்ததால் இயல்பிலேயே வழிகாட்டக்கூடியவராக அவர்கள் இருந்தார்கள்.

தனது ஞானாசிரியரின் உத்தரவின் பேரில், நக்ஷபந்தி முஜத்திதி பாதையின் செய்தியை இந்தியாவின் மற்ற பகுதிகளுக்கும் கொண்டுசெல்லும் வாய்ப்பு அவர்களுக்கு ஏற்பட்டது. ஊர் ஊராகச் செல்லும்போது அங்கிருக்கும் பள்ளிவாசல்களில் தங்கிக்கொள்வார்கள். இப்படியாக இந்தியா முழுவதும் அவர்கள் பயணித்து பல ஆண்டுகள் இந்த சேவையைச் செய்துவந்தார்கள்.

தமிழ்நாடு, ஆந்திரா, குஜராத், கர்நாடகா ஆகிய மாநிலங்களில் சூஃபிப்பள்ளிகளை நிறுவினார்கள். அவ்வப்போது மேற்கத்திய நாடுகளுக்கும் சென்று அங்கேயுள்ள மேற்கத்திய சீடர்களுடன் வெகுநேரம் செலவிட்டு அவர்களது சந்தேகங்களை நிவர்த்தி செய்து அவர்களை ஆன்மிக முன்னேற்றம் பெற ஊக்குவித்தார்கள்.

அதேபோல நக்ஷபந்தி முஜத்திதி பாதையின் வளர்ச்சிக்காக டெல்லியில் கான்கா எனப்படும் ஒரு பிரதான பள்ளியையும் நிறுவினார்கள். உலகெங்கிலும் உள்ள சூஃபிப்பள்ளியின் மாணாக்கர்கள் அங்கே வந்து தங்கி படித்துச்செல்லலாம். இருபத்தைந்து ஆண்டுகால உழைப்புக்கும் முயற்சிக்கும் பிறகு அந்த கான்கா 1999ம் ஆண்டு டெல்லியில் நிறுவப்பட்டது.

ஆனால் ஹஸ்ரத் அவர்கள் எண்ணிக்கையில் கவனம் செலுத்தவில்லை. நிறையபேர் இருக்கவேண்டும் என்று விரும்பவில்லை. குறைந்த எண்ணிக்கையில் மாணவர்கள் இருந்தாலும் அவர்கள் நேர்மையானவர்களாக, சொன்னபடி செய்யக்கூடியவர்களாக, மனதார முயற்சி செய்பவர்களாக இருக்கவேண்டும் என்பதே அவர்களது அவாவும் நோக்கமுமாக இருந்தது.

மாலை வேளைகளில் கூட்டுத்தொழுகையை அவர்களே தலைமையேற்று நடத்துவார்கள். அதன்பிறகு அமைதியான தியானம் தொடரும். அதில் யார் வேண்டுமானாலும் கலந்து கொள்ளலாம். அதற்கெல்லாம் அவர்கள் பணம் வசூலித்த தில்லை. ஹஸ்ரத் அவர்கள் நிறைய பேசுவதில்லை. ஆன்மிக மாணாக்கர்களின் உள்ளங்களுக்கு அவர்கள் செய்தியை அமைதியாகக் கடத்தினார்கள். அவர்களது ஆன்மிகநிலை உயர உதவினார்கள். ரொம்ப அரிதாகவே சிலரிடம் பேசினார்கள்.

2

ஹஸ்ரத் ஆஸாத் ரஸூல் வாழ்க்கைக் குறிப்பு

ஹஸ்ரத் ஆஸாத் ரஸூல் 1920ம் ஆண்டு ராஜஸ்தானில் உதய்பூருக்கு அருகில் இருக்கும் கங்க்ரோலி என்ற ஊரில் பிறந்தார்கள். பெற்றோருக்குப்பிறந்த ஐந்து குழந்தைகளில் ஆஸாத் ரஸூலும் ஒருவர். அவர்களது குடும்பம் கங்க்ரோலியில்தான் பல தலைமுறைகளாக வாழ்ந்து வந்தது.

கங்க்ரோலியில் ஒரு புகழ்பெற்ற கிருஷ்ணர் கோயில் இருந்தது. தவார்காஜி கோயில் என்று அது அழைக்கப்பட்டது. துவாரகை என்பதன் இன்னொரு வடிவமாக இச்சொல் இருக்கலாம். ஹிந்துக்களுக்கு அது ஒரு புனித ஸ்தலமாக இருந்தது. பல ஊர்களிலிருந்தும் அக்கோயிலுக்கு புனிதயாத்திரையாக பலர் வந்து போனார்கள். அக்கோயிலில் இருந்த ஒரு நூலகத்தில் மதம் சார்ந்த பல நூல்களும் வேதநூல்களும் இருந்தன.

ஒரு கோயிலில் நூலகம் இருந்தது என்பதே புதிய, வினோதமான, சுவைகூட்டும் வரலாற்றுச் செய்தியாகும். ஹஸ்ரத் அவர்கள் அந்த நூலகத்தின் மூலமாக மதம் மற்றும் ஆன்மிகம் சார்ந்த நிறைய தகவல்களைத் தெரிந்துகொண்டார்கள்.

சின்னவயதிலிருந்தே சத்தியத்தை அறிந்துகொள்ளவேண்டும் என்ற ஆர்வம் ஹஸ்ரத் அவர்களிடம் மிகுந்திருந்தது.

கோயிலுக்குப் புனித யாத்திரையாக வரும் துறவிகளிடம் பல கேள்விகளைக் கேட்டு, பல மணி நேரங்களை அவர்களோடு செலவிடுவது அவர்கள் வழக்கமாக இருந்தது! சின்ன வயதிலிருந்தே சத்திய வேட்கை கொண்ட ஒரு மாமனிதராக இருந்துள்ளார்கள்.

குலாம் ரஸூல் ஆஸாத் ரஸூலானது

ஹஸ்ரத் அவர்களின் பெயர் உண்மையில் ஆஸாத் ரஸூல் அல்ல. குலாம் ரஸூல் என்பதுதான் பெற்றோர் இட்ட பெயராக இருந்தது. ஹஸ்ரத்தின் அண்ணன் தாதா பாய் என்பவர் அந்தக்கால அரசியலில் தீவிரமாக ஈடுபட்டிருந்தார். ஆங்கிலேயர்களிடமிருந்து இந்தியாவுக்கு எப்படியாவது சுதந்திரம் வாங்கிக்கொடுத்துவிட வேண்டும் என்ற வேட்கை உச்சத்தில் இருந்த காலகட்டம் அது.

ஒருமுறை ஒரு காங்கிரஸ் தலைவர் உதய்பூருக்கு வருகை தந்தார். அவரது பெயர் பற்றிய விபரமில்லை. அவரைப்பார்க்க தாதாபாய் ஹஸ்ரத்தையும் இன்னொரு அண்ணனான இஸ்மாயீல் என்பவரையும் அழைத்துச் சென்றார். ஹஸ்ரத் அவர்களுக்கு அரசியலில் என்றுமே ஆர்வம் இருந்ததில்லை. ஆனால் சொன்ன பேச்சைக்கேட்கும் நல்ல பிள்ளையாக இருந்ததால் அண்ணன்களின் பேச்சை மீற முடியாமல் சென்றார்கள்.

அந்தத்தலைவர் ஹஸ்ரத்தைப் பார்த்து உங்கள் பெயர் என்ன என்று கேட்டார். வழக்கமான கேள்விதான். வந்திருப்பவர் களிடம் ஏதாவது பேசவேண்டுமே! தன் பெயர் குலாம் ரஸூல் என்று ஹஸ்ரத் சொன்னார்கள். 'குலாம்' என்றால் 'அடிமை' என்று பொருள். 'ரஸூல்' என்பது நபிகள் நாயகத்தைக் குறிக்கும். நபிகள் நாயகத்தின் அடிமை என்று பெயர் வைத்துக்கொள்வது முஸ்லிம்களிடையே சர்வ சாதாரணமானது. நபிகளார்மீது அவர்கள் கொண்டிருக்கும் மரியாதையின் வெளிப்பாடு அது.

ஆனால் அப்பெயரைக் கேட்டதும் அந்தக்காங்கிரஸ் தலைவருக்கு அது பிடிக்கவில்லை. அடிமை என்ற சொல் இந்தியாவின் அப்போதையை நிலையை அவருக்கு நினைவுபடுத்தியிருக்க வேண்டும். அப்பெயரை அவர் விரும்ப வில்லை. அடிமைத்தளையை உடைத்தெறிய வேண்டும் என்று போராடிக்கொண்டிருக்கும் ஒரு குழுவினருக்கு 'அடிமை' என்பதை தன் பெயரோடு சேர்த்து ஒருவர் வைத்துக் கொண்டிருப்பது எவ்வாறு பிடிக்கும்?

உடனே அவர் ஹஸ்ரத்திடம், ‘குலாம் ரஸூலா? அப்படிச் சொல்லவேண்டாம். ஆஸாத் ரஸூல் என்று சொல்’ என்று ஒரு உத்தரவுபோலச் சொன்னார். ஹஸ்ரத் அவர்களுக்கு அந்தக் கருத்து பிடிக்கவில்லை என்றாலும் அந்தக் காங்கிரஸ் தலைவருக்கு எதுவும் பதில் சொல்லவில்லை. ஆனால் ஹஸ்ரத்தின் நண்பர்களெல்லாம் ‘ஆஸாத் ரஸூல்’ என்றே அழைக்க ஆரம்பித்தனர். அது அப்படியே தொடர்ந்து அவர்களின் பெயர் ஆஸாத் ரஸூல் ஆகிப்போனது!

ஜாமியா மில்லியா வாழ்க்கை

கங்க்ரோலிக்கு வந்த அந்த காங்கிரஸ் தலைவர் சொன்னதன் பேரில், அவரது சிபாரிசில் பதிமூன்று வயதானபோது டெல்லியில் இருந்த ஜாமியா மில்லியா இஸ்லாமியா பல்கலைக் கழகத்தில் சேர்ந்து படிக்க இஸ்மாயீல் என்ற தன் அண்ணனோடு ஹஸ்ரத் சென்றார்கள். அந்த வாய்ப்பு ஹஸ்ரத்துக்குக் கிடைத்தது ஒரு கொடுப்பினை என்று கருதினார்கள். ஏனெனில் அன்றிருந்த அவர்களது குடும்ப சூழ்நிலையில் அங்கே படிக்க அவர்கள் சென்றிருந்திருக்க முடியாது. அங்கே ஐந்தாம் வகுப்பில் சேர்க்கப்பட்டார்கள். அதிலிருந்து ஜாமியாவில் அவர்களது கல்வி தொடங்கியது.

ஜாமியாவில் உர்து மொழியிலேயே எல்லாம் பயிற்று விக்கப்பட்டது. அது தொடக்கத்தில் ஹஸ்ரத்துக்குக் கொஞ்சம் கடினமாக இருந்தது. ஏனெனில் அவர்கள் ஹிந்திக்குத்தான் பழகியிருந்தார்கள். ஆனால் காலம் செல்லச்செல்ல உர்து மொழிக்குத் தன்னைப் பழக்கிக்கொண்டார்கள். ‘காலிக்ராஃபி’ என்று சொல்லப்பட்ட அழகிய முறையில் எழுதுவதைப் பயிற்றுவித்த ‘ருஸ்தமெ கலம்’ (எழுதுகோலின் நாயகர்) என்று சொல்லப்பட்ட உஸ்தாத் முஹம்மது கான் அவர்களிடம் பயின்றதால் ஹஸ்ரத்தின் எழுத்திலும் நல்ல முன்னேற்றம் ஏற்பட்டது.

அங்கேதான் தன் வாழ்க்கையில் முக்கிய திருப்பத்தை உண்டாக்க இருந்த பேராசிரியர் முஜீபைச் சந்தித்தார்கள். ஆக்ஸ்ஃபோர்டு பல்கலைக்கழகத்தில் படித்த பேரா. முஜீப் அங்கே வரலாற்று ஆசிரியராக இருந்தார். சில புத்தகங்களையும் எழுதியிருந்தார். அதில் Indian Muslims என்பதும் ஒன்று. அவர் ஒரு சூஃபி அல்ல என்றாலும் ஒரு சூஃபிக்குரிய தன்மைகளுடன் இருந்தார் என்று அவரைப்பற்றி ஆஸாத் ரஸூல் கூறினார்கள்.

முஜீப் அடிக்கடி ஹஸ்ரத் ஆஸாத் ரஸூலிடம் இப்படிச் சொல்வார்: 'ஒவ்வொருவரும் அடுத்தவரிடமிருந்து எதையாவது எடுத்துக்கொள்ளவே முயல்கிறார்கள். ஆனால் நீ அடுத்தவருக்கு எதையாவது கொடுக்கின்ற மனிதனாக மாறவேண்டும்'.

இது சூஃபிச்செய்தியல்லாமல் வேறென்ன?! பின்னாளில் ஹஸ்ரத் அவர்கள் சூஃபிப்பாதையில் செல்ல அந்த அறிவுரை முக்கிய காரணமாக இருந்தது என்று சொல்லவும் வேண்டுமா?

ஹஸ்ரத்மீது பெரும் தாக்கத்தை ஏற்படுத்திய இன்னொரு பேராசிரியர் கிறிஸ்தவரான கல்லட் ஆவார். அவர் ஜாமியாவில் ஆங்கிலம் கற்பித்தார். அதோடு விளையாட்டு நிகழ்ச்சிகளுக்கும் பொறுப்பாளராக இருந்தார். ஹாக்கி குழுவுக்கு பயிற்சியாளராகவும் இருந்தார். ஹாக்கி குழுவுக்கு ஹஸ்ரத் தலைவராக இருந்தார்கள். சின்னவயதிலிருந்தே ஹாக்கி அவர்கள் ரத்தத்தோடு கலந்திருந்தது. இந்தக்காரணங்களினால் பேராசிரியர்களாலும் மாணவர்களாலும் மிகவும் நேசிக்கப்பட்ட ஒருவராக ஹஸ்ரத் இருந்தார்கள்.

அடிக்கடி பேராசிரியர் கல்லட்டும் ஹஸ்ரத்தும் சந்தித்து பரிசுத்த வேதாகமம், கிறிஸ்தவ ஆன்மிகம் போன்ற விஷயங்களைப் பற்றி விவாதித்துக்கொள்வார்கள். கிறிஸ்தவத்தை ஆழமாகப் புரிந்து கொள்ள கல்லட் உதவினார். பல மதங்களின் நம்பிக்கைகளின்மீது கல்லட் காட்டிய மதிப்பு ஹஸ்ர்த் அவர்களைக்கவர்ந்தது. எல்லா மதங்களின்மீதும் ஆர்வத்தை ஏற்படுத்தியது.

டாக்டர் ஹுசைன் என்பவர் மூலமாக தத்துவத்தை ஹஸ்ரத் படித்தார்கள். ப்ளேட்டோ, அரிஸ்டாட்டில், காண்ட், சார்த், கீர்க்கெகார்ட் என ஆழ்ந்து படித்தார்கள். எப்படியாவது சத்தியத்தை உணர்ந்துகொள்ளவேண்டும் என்ற ஆர்வமே தத்துவத்தின் அவர்களுக்கு ஏற்பட்ட ஆர்வத்துக்காரணமாக இருந்தது. ஆனால் கடைசியில் தத்துவத்தைக்கொண்டு உண்மையை உணர்ந்துகொள்ள முடியாது என்ற உண்மையை ஹஸ்ரத் உணர்ந்துகொண்டார்கள்.

தத்துவம் சத்தியத்தின் வாசல்வரை ஒருவரைக்கொண்டுபோய் விட்டது. தத்துவத்தின் ஆயுதம் மனித அறிவாக மட்டுமே இருந்தது. ஆனால் சத்தியத்தின் கதவுகளை வெறும் மனித அறிவால் திறந்துகாட்ட முடியவில்லை. உண்மையை உணர்ந்து கொள்ள மானிட அறிவைவிட உயர்ந்த ஏதோ ஒன்று தேவைப்பட்டது.

கிரேக்கத் தத்துவங்களே மேற்கத்திய சிந்தனையை பல நூற்றாண்டுகளாக ஆட்சிசெய்து கொண்டிருந்தது என்பதை விரைவிலேயே ஹஸ்ரத் புரிந்துகொண்டார்கள். அறிவை வைத்தே வாழ்வின் எல்லா அனுபவங்களையும் புரிந்துகொள்ள மேற்கத்திய சிந்தனை முயன்றது. எனவே தன் கவனத்தை காண்ட், கீர்க்கெகார்டு போன்ற தத்துவ ஞானிகளின் பால் கொண்டு சென்றார்கள். அவர்களை ஆழ்ந்து படித்தார்கள்.

ஆனால் அவர்கள் சொன்ன சுதந்திரமானது கடவுளை விட்டுவிட்டு யோசிக்கச்சொன்னது. அது ஹஸ்ரத் அவர்களுக்கு சரியானதாகப்படவில்லை. மனம், சுயம் ஆகியவற்றுக்கு வெளியேயிருக்கும் ஒரு பேராற்றல்தான் இப்பிரபஞ்சத்தில் எல்லாக்காரியங்களையும் நிகழ்த்திக்கொண்டிருக்கிறது என்று தனது *The Search for Truth* நூலில் ஐன்ஸ்ட்டீனை ஆதாரம் காட்டிக் கூறுகிறார்கள். நமக்கு வெளியே உள்ள பிரபஞ்ச மனம்தான் (கடவுள்தான்) காரியங்களை நிகழ்த்திக்கொண்டிருக்கிறது என்பதை தன் அனுபவத்தின் மூலம் உணர்ந்து எடுத்துரைத் தார்கள். ஆனால் இந்த அனுபவத்தை விஞ்ஞானத்தின் மூலமாகவோ தத்துவத்தின் மூலமாகவோ பெறமுடியாது என்றும் தெளிவாகக் கூறினார்கள்.

இந்த உண்மையை அபுல் கலாம் ஆஸாத் அவர்களின் வார்த்தைகளை மேற்கோள்காட்டி ஹஸ்ரத் சொன்னார்கள்: 'தத்துவம் சந்தேகத்தின் கதவுகளைத் திறக்கிறது. ஆனால் அக்கதவுகளை அதனால் மூட முடிவதில்லை. விஞ்ஞானமோ நீருபிக்கப்பட்ட அத்தாட்சிகளை மட்டுமே கொடுக்கிறது. அதனால் நம்பிக்கையைக் கொடுக்க முடிவதில்லை. மார்க்கம் மட்டுமே நம்பிக்கையைக் கொடுக்கிறது. முழுமையாக ஒரு மனிதன் வாழவேண்டுமென்றால், அவனுக்கு நிரூபிக்கப்பட்ட ஆதாரங்கள் மட்டும் போதாது. நம்பிக்கையும் வேண்டும்'.

பின்னாளில் ஹஸ்ரத்தின் குருப்பாரம்பரியத்தில் மிக முக்கியமானவராக ஹஸ்ரத் ஷெய்கு அஹ்மத் ஃபாரூக்கி சர்ஹிந்தி அவர்களது மார்க்க ரீதியாக எண்ணங்களைப்பற்றி ஒரு ஆராய்ச்சிக்கட்டுரையையும் எழுதினார்கள். அதை சில காரணங்களினால் முடிக்க முடியவில்லை. ஆனாலும் அக்காரியம் செய்யவைத்தது இறைவன்தான். இந்தப்பாதையில் தான் நீ செல்லவேண்டும் என்பதற்கான குறிப்பை இறைவன் அன்றே கொடுத்துள்ளான் என்றுதான் கூறவேண்டும்.

1942ல் தன் முதல் இளங்கலைப்பட்டத்தை ஜாமியாவிலிருந்து பெற்றார்கள். அதன் பிறகு, அங்கே பேராசிரியராகப் பணி புரிந்துகொண்டிருந்த டாக்டர் ஜாகிர் ஹுசேன் சொன்னதன் பேரில், கல்வியில் ஒரு இளங்கலைப்பட்டத்தை அலாஹாபாத் பல்கலைக்கழகத்திலிருந்து பெற்றார்கள். ஏனெனில் ஜாமியாவில் அப்போது முதுகலைப்படிப்பு இல்லை. தத்துவத்தில் முதுகலைப்படிப்பை அலிகர் முஸ்லிம் பல்கலைக் கழகத்திலிருந்து பெற்றார்கள். கற்றுக்கொடுத்தலில் ஒரு டிப்ளமா படிப்பையும் அலாஹாபாதில் முடித்தார்கள்.

ஹஸ்ரத் அவர்கள் இளங்கலைப்படிப்பை முடித்த நேரத்தில் மேற்கொண்டு அவர்களுக்கு வழிகாட்ட டாக்டர் ஜாகிர் ஹுசேன் இருந்தார். அதுமட்டுமா? ஜாமியா மில்லியாவை உருவாக்கியதே அவர்தான். இந்தியாவின் மூன்றாவது ஜனாதிபதியாகப் பதவியேற்றபோது, 'இந்தியாதான் எனது வீடு. இந்திய மக்கள்தான் என் குடும்பம்' என்று கூறியவர்!

அதுமட்டுமல்ல. ஹஸ்ரத்தின் வாழ்வில் முக்கிய பங்காற்றியவர் அவர். ஜாமியாவில் ஹஸ்ரத் செய்த காரியங்களையெல்லாம் உன்னிப்பாகக் கவனித்துக்கொண்டிருந்தார். ஒருமுறை ஹஸ்ரத்திடம் அவர் இப்படிச் சொன்னார்: 'உங்களை நான் அடிக்கடி பார்க்கவில்லை. ஆனால் நீங்கள் செய்யும் காரியங்களை யெல்லாம் அடிக்கடி பார்த்துக்கொண்டுதான் இருக்கிறேன்'!

பத்திரிகைத்துறை ஆசை

படிப்பை முடித்தபிறகு பத்திரிகையாளனாக ஆகிவிடவேண்டும் என்றுதான் ஹஸ்ரத் விரும்பினார்கள். மௌலானா அபுல்கலாம் ஆஸாத் நடத்திக்கொண்டிருந்த 'அல் ஹிலால்', மௌலானா முஹம்மது அலீயின் 'காம்ரேட்', ஜாஃபர் அலீ கானின் 'ஜமீந்தார்' போன்ற பத்திரிகைகள் ஹஸ்ரத்தின் மனதைக் கவர்ந்திருந்தன. பத்திரிகைத் துறையில் ஏதாவது சாதிக்க வேண்டும் என்று ஹஸ்ரத் அவர்களுக்கு ஆர்வமிருந்தது. அதற்காக டாக்டர் ஜாகிர் ஹுசேன் கொடுத்த சிபாரிசுகளின் அடிப்படையில் லாஹூருக்குச் சென்றார்கள் ஹஸ்ரத்.

பி.ஏ. படிப்பை ஜாமியாவில் முடித்த உடனேயே தன் கனவை நனவாக்க இந்த லாஹூர் பயணம் நிகழ்ந்தது. முஹம்மது சர்வர் என்ற பேராசிரியர் லாஹூரில் 'எஹ்சான்' என்ற தினசரியின் ஆசிரியராக இருந்தார். அவரோடு பணிபுரியும் வாய்ப்பு ஹஸ்ரத்துக்குக் கிடைத்தது. Civil and Military Gazette என்ற

ஆங்கிலப்பத்திரிகையின் உதவி ஆசிரியராக இருந்த ஷஃபி என்பரோடும் கொஞ்சகாலம் சேர்ந்து பணியாற்றினார்கள். அதேபோல The Tribune பத்திரிகையின் ஆசிரியராக இருந்த ஜாமியாவின் பழைய மாணவரான ரானா ஜங் பஹதூர் என்பவருக்கு ஹஸ்ரத் அவர்களைப்பற்றிய ஒரு சிபாரிசுக் கடிதமும் டாக்டர் ஜாகிர் ஹுசேன் கொடுத்திருந்தார். அவரோடும் கொஞ்சகாலம் சேர்ந்து பணியாற்றி பத்திரிகைத் துறையில் பல அனுபவங்களை ஹஸ்ரத் பெற்றார்கள்.

ஆனால் தான் நினைத்ததையெல்லாம் செய்யமுடிகிற முழு சுதந்திரம் பத்திரிகைத்துறையில் இல்லை என்பதை வெகு விரைவிலேயே ஹஸ்ரத் புரிந்துகொண்டார்கள். பத்திரிகைகள் பணக்காரர்களின் சொத்தாகிப்போயிருந்த காலம் அது. (இப்போது அது அரசியல்வாதிகளுக்கும் சொத்தாகிப்போனது!) அவர்கள் விரும்புவதை, சொல்வதைத்தான் எழுத வேண்டிய சூழல் இருந்தது. அவர்களுக்கு உடன்பாடு இல்லாத எதையும் எழுத முடியாது.

பத்திரிகை ஆசிரியர்கள் ஒவ்வொருவருக்கும் அரசியல் ரீதியான ஒரு கருத்திருந்தது. அதை ஆதரிக்கும் விதமாகவே அவர்கள் ஒருபக்கச் சாய்வுடன்தான் எழுதினார்கள். உண்மையைவிட அவர்களது சாய்வே அவர்களுக்கு முக்கியமானதாக இருந்தது. சுருக்கமாகச் சொல்லப்போனால் உண்மையை உள்ளது உள்ளபடியே சொல்லமுடியாமல் போனது. இது ஹஸ்ரத்துக்கு பயங்கர ஏமாற்றத்தைக் கொடுத்தது. லாஹுருக்கு ஏராளமான நம்பிக்கைகளுடன் சென்றிருந்த ஹஸ்ரத் ஒரே ஆண்டில் மீண்டும் டெல்லி திரும்ப வேண்டியதாயிற்று! டெல்லி ஜாமியாவுக்கே திரும்பிச்சென்று டாக்டர் ஜாகிர் ஹுசேனிடம் நடந்ததை யெல்லாம் சொன்னார்கள்.

‘ஒரு பத்திரிகையாளனாகச் சேவைசெய்யவேண்டும் என்ற உன் ஆர்வத்தை ஒரு ஆசிரியராக ஆவதன் மூலம் நீ நிறைவேற்றிக்கொள்ளலாம். ஒரு பத்திரிகையாளன் ஏற்கனவே உருவாகியிருக்கும் ஒரு மனிதனைப்பற்றி எழுதவேண்டும். ஆனால் ஒரு ஆசிரிராக ஆகிவிட்டால் சரியானதொரு மனிதன் உருவாக நீ உதவ முடியும். இந்தப்பணி எளிதானதல்ல. ஆனால் இந்த வாய்ப்பு அனைவருக்கும் கிடைக்காது. குழந்தைகள், இளைஞர்களின் குணாம்சத்தை நேர்மறையானதாகவும் ஆக்கப்பூர்வமானதாகவும் உருவாக்கும் வாய்ப்பு மகத்தானது. அது ஒருவருக்குக் கிடைக்கும் பெருமையும் கௌரவமும் ஆகும்’

என்று டாக்டர் ஜாகிர் ஹுசேன் சொன்னார். அவர் கொடுத்த ஆலோசனையின் பேரில், ஹஸ்ரத் ஜாமியாவில் ஒரு ஆசிரியராகச் சேர்ந்தார்கள்.

பல கௌரவம்மிக்க பதவிகளுக்கு வேறு இடங்களிலிருந்து அழைப்பு வந்தபோதும், ஜாமியாவில் கிடைத்த விரிவுரையாளர் பதவியை விரும்பி ஏற்றுக்கொண்டார்கள். பிரிட்டிஷ் அரசின் அடிமைகளாக இல்லாத, சரியான இந்தியக் குடிமகன்களாக இளைஞர்களை மாற்ற முடிவுசெய்தார்கள். ஜாமியாவில் இருந்த எல்லா ஆசிரியர்களுமே அந்த நோக்கத்துடனே உழைத்தவர்கள்தான்.

ஜாமியாவுக்கு அரசிடமிருந்து எந்த மானியமும் கிடைக்கவில்லை. அன்பளிப்புகள், கல்விக்கட்டணம், சமுதாய ஆதரவு இவற்றில்தான் ஜாமியா படகு சென்றுகொண்டிருந்தது. சம்பளம் என்பதெல்லாம் மிகமிகக் குறைவாகவே இருந்தது. ஆனாலும் தங்கள் பணியை ஒரு இபாதத் (இறைவணக்கம்) ஆகக்கருதி ஆசிரியர்கள் பணிபுரிந்து வந்தனர்.

பயிற்சிக்கல்லூரியில் ஆசிரியராக ஹஸ்ரத்துப் பணிகிடைத்தது. சீக்கிரமே ஆரம்பப்பள்ளியின் தலைமைப் பொறுப்பு கொடுக்கப்பட்டது. ஆரம்பப்பள்ளியானது ஜாமியாவின் மிகமுக்கியமான கல்வித்துறைகளில் ஒன்றாகும். அங்குதான் புதிய புதிய கற்பிக்கும் முறைகளெல்லாம் வகுக்கப்பட்டன. ஜாமியாவின் கல்லூரிகளில் ஒன்றில் விரிவுரையாளராக இருப்பதைவிட கண்ணியமிக்க பதவியாக அது இருந்தது. குழந்தைகளுக்குச் சொல்லிக்கொடுத்து, அவர்களை உருவாக்குவதைவிட சிறந்த பணி எதுவும் இருக்கமுடியாது என்பதை ஹஸ்ரத் நன்கு உணர்ந்திருந்தார்கள்.

தன் வாழ்க்கைக்கும் அக்குழந்தைகளின் வாழ்க்கைக்கும் ஒரு அர்த்தத்தைக் கொடுக்கும் பணியாக அது அமைந்தது. அனுபவத்திலிருந்தும், செயல்படுவதிலிருந்தும் கற்றுக் கொள்ளுதல், பொறுப்புகளை ஏற்றுக்கொள்ளுதல் போன்ற தன்மைகளை குழந்தைகள் வளர்த்துக்கொள்ள ஹஸ்ரத் தூண்டினார்கள். இந்த அணுகுமுறையே பின்னாளில் தன் ஸூஃபி மாணவர்களிடம் எதிரொலித்தது.

ஆன்மிக ஆர்வமும் பயிற்சிகளும்

இந்த சமயத்தில்தான் தன் ஆன்மிக ஆர்வங்களுக்குத் தீனி போடும் விதமாக, இஸ்லாம் சொன்ன ஆன்மிகப்பயிற்சிகளோடு

மற்ற மதங்களில் சொல்லப்பட்ட பயிற்சிகளிலும் ஈடுபட ஆரம்பித்தார்கள். மதத்தைவிட சத்தியமே அவர்களுக்கு முக்கியமாக இருந்தது. குறிப்பாக பகவத் கீதை ஹஸ்ரத் அவர்களுக்கு மிகவும் பிடித்திருந்தது. அதைப்பலமுறை அவர்கள் ஆழமாகப் படித்திருந்தார்கள். அதில் பல ஸ்லோகங் களை மனப்பாடம் செய்திருந்தார்கள். 'ஆன்மிகத்தையும் நிஜத்தையும் இணைப்பதில் பகவத்கீதைக்கு ஈடுஇணையே இல்லை' என்று பாராட்டினார்கள்.

யோகா, வேதாந்தம் ஆகியவற்றையும் கற்றார்கள். புனித கங்கையில் நீராடினார்கள். கொஞ்சகாலம் பிரம்மச்சாரியாகவும் வாழ்ந்து பார்த்தார்கள். ஒரு யோகி செய்த பல பயிற்சிகளையும் மேற்கொண்டார்கள்.

அலாஹாபாத்தில் ஒரு பரமஹம்சரைச் சந்தித்து அவரிடமிருந்து வேதாந்தம், யோகா ஆகியவற்றைக் கற்றுக்கொண்டார்கள். (இவர் விவேகானந்தரின் குருவான பரமஹம்சரல்ல). பின்னர் கங்கையும் யமுனையும் சங்கமிக்கும் திரிவேணி சங்கமத்தில் போய்க்குளித்தார்கள். ராம் ராம் என்று ஜபித்தார்கள். பக்திப்பாதையில் கொஞ்சகாலம் மூழ்கிப்பார்த்தார்கள்.

சில கடினமான யோகப்பயிற்சிகள் சில ஆன்மிக ஆற்றல்களைக் கொடுத்தன. அதனால் ஈகோ எனப்படும் சுயம் பலப்பட்டதே யொழிய சத்தியம் உணரப்படவில்லை. எவ்வளவுதான் செய்தபோதும் சத்தியம் பிடிபடாமலே சென்றுகொண்டிருந்தது. அதோடு, இந்து மதமும் பௌத்தமும் ஒரு கட்டத்தில் துறவற வாழ்க்கையை சிபாரிசு செய்தன. சாதுக்களும் பிக்குகளும் மற்ற சாதாரண மனிதர்களைவிட உயர்வானவர்களாகக் கருதப் பட்டனர். அந்தக் கருத்தில் ஹஸ்ரத்துக்கு உடன்பாடில்லை. எனவே அப்பயிற்சிகளைத் தொடர்ந்து அவர்களால் செய்ய முடியவில்லை.

அதேசமயம், இஸ்லாத்தைச் சேர்ந்த ஸூஃபிமகான்கள், இறைநேசர்களின் அடக்கஸ்தலங்களுக்கும் ஹஸ்ரத் சென்று வந்தார்கள். லக்னோ, அலாஹாபாத், அவ்ரங்காபாத், திருச்சி, நாகூர், நாகப்பட்டினம் என்று எல்லா ஊர்களுக்கும் சென்று எல்லா ஊர்களில் இருந்த தர்காக்களுக்கும் சென்றுவந்தார்கள்.

அதேபோல பாகிஸ்தானில் லாஹூரில் உள்ள ஸூஃபி ஞானி ஹுஜ்வீரி அவர்களின் தர்காவுக்கும் சென்றார்கள். ஹுஜ்வீரி

அவர்கள் 'கஷ்ஃபுல் மஹ்ஜூப்' என்ற சூஃபித்துவம் தொடர்பான மிகமுக்கியமான நூலை எழுதிய ஞானியாவார். அது ஹஸ்ரத் அவர்களுக்குத் தெரியும். எனவே அங்கேயே நாற்பது நாட்கள் தங்கி தவமிருந்தார்கள்.

நாற்பது நாட்கள் தனிமையில் இருப்பதற்கு சில்லா என்று பெயர். நாகூர் நாயகம் அவர்கள் எங்கு சென்றாலும் சில்லா இருப்பது வழக்கம். அந்த சூஃபிப்பாரம்பரியத்தின் முக்கிய கூறான சில்லா இருப்பதையும் லாஹூரில் ஹஸ்ரத் செய்து பார்த்தார்கள்.

உத்திரப்பிரதேசத்திலிருந்த டன்கௌர் என்ற நகரில் ஹஸ்ரத் லுத்ஃபுல்லாஹ் ஷாஹ் என்ற பிரபலமான சூஃபி இருந்தார். சிஷ்தி நிஸாமி சூஃபிப் பாதையைச் சேர்ந்தவர் அவர். அவரிடம் சென்று அவரோடு கொஞ்ச காலம் தங்கி இருந்தார்கள் ஹஸ்ரத். அவர் சொன்னபடி ஆயிரக்கணக்கான முறைகள் இறைவனின் பெயரை சப்தமாக உச்சரிக்கும் 'திக்ர்' எனப்படும் தியானத்தைச் செய்து பார்த்தார்கள்.

ஆனால் என்ன செய்தும், எவ்வளவு செய்தும் அவர்களது இதயம் அமைதியடையவில்லை. தேடிவந்த சத்தியத்தின் ஒளிக்கீற்றுக் கூட தென்படவில்லை. தாகமும் ஏக்கமும்தான் மிஞ்சின. பல சூஃபிகளை ஹஸ்ரத் சந்தித்தார்கள். ஆனால் அவர்களனைவரும் இவ்வுலக வாழ்வை வெறுத்து ஒதுக்கியவர்களாக, தனிமை வாழ்க்கையை மேற்கொண்டவர்களாக இருந்தார்கள். அதோடு, அவர்களது செயல்பாடுகளும் பயிற்சிகளும் நபிகள் நாயகத்தின் சொல்லுக்கும் செயலுக்கும் புறம்பாக இருந்ததாக ஹஸ்ரத் உணர்ந்தார்கள். ஓர் உண்மையான சூஃபியின் வாழ்வு அப்படி இருக்காது. எனவே ஹஸ்ரத்தால் தொடர்ந்து அந்த போலி சூஃபிகளின் வாழ்க்கை முறையைப் பின்பற்ற முடியவில்லை.

மாணவப்பருவத்தில் வெளிப்புற விளையாட்டுகளில் தொடர்ந்து கலந்துகொண்ட பயிற்சியினாலும் அனுபவத்தினாலும் சாதுக்கள், சூஃபிகள் கொடுத்த கடுமையான பயிற்சிகளையெல்லாம் செய்வதில் ஹஸ்ரத்துக்கு ஒரு பிரச்சனையும் ஏற்படவில்லை. ஆனால் தேடிக்கொண்டிருந்த உண்மைதான் கையில் கிடைக்காமல் நழுவிப்போய்க்கொண்டே இருந்தது.

ஆனால் அந்தப் பயிற்சிகளுக்கெல்லாம் ஒரு பயனும் இல்லாமல் போய்விடவில்லை. சில ஆன்மிக ஆற்றல்கள் ஹஸ்ரத்துக்குக்

கைவரவே செய்தன. ஆன்மிக நிலைகள், ஆன்மிக உள்ளுணர்வுகள் பற்றியெல்லாம் தெளிவாக ஹஸ்ரத்தால் தெரிந்துகொள்ள முடிந்தது. ஆனால் அவற்றாலெல்லாம் ஹஸ்ரத் திருப்தி அடைந்துவிடவில்லை. நூறுக்கு ஆசைப் பட்டவரால் நாற்பது கிடைத்தால் போதும் என்று இருக்க முடியவில்லை. இறையருள் நமக்கு இருக்கும் பட்சம், விதி நம்மை அன்போடு பார்க்கும். எப்படியாவது நமக்கான குரு கிடைப்பார் என்று ஹஸ்ரத்து நிச்சயமாகத் தோன்றியது. நம்பிக்கையோடு காத்திருந்தார்கள். அந்த நம்பிக்கை ஜாமியா வாழ்க்கையின்போதுதான் உண்மையானது.

சின்ன வயசிலிருந்தே உள்நோக்கிய சிந்தனை கொண்டவராகவே ஹஸ்ரத் இருந்துள்ளார்கள். நாம் யார், நாம் எங்கிருந்து வந்தோம், நமது வாழ்க்கையின், இருப்பின் நோக்கமென்ன, இறப்புக்குப் பிறகு வாழ்க்கை உண்டா என்பதுபோன்ற கேள்விகளுக்கு விடைகாண ஹஸ்ரத் ஆஸாத் ரஸூல் முயன்றுகொண்டே இருந்தார்கள்.

இந்த பிரபஞ்சமும் அதில் உள்ளவைகளும் தெளிவான சிந்தனையின் வெளிப்பாடா அல்லது தாறுமாறாக அப்படி உருவானதா என்ற கேள்வி பிரதானமாக அவர்களை ஆட்கொண்டது. இக்கேள்விகளுக்கான விடைகளைக் கண்டுபிடிப்பதிலேயே ரொம்ப காலத்தை ஹஸ்ரத் செலவழித்தார்கள்.

எல்லாம் சரி. ஆனால் குரு இல்லாமல் சத்தியத்தை ஒருவர் எப்படி அறிந்துகொள்ள முடியும்? முடியவே முடியாது. ஹஸ்ரத்தின் முயற்சிகளும் பயிற்சிகளும் குருவைக்கண்டுகொள்ள அவர்களைத் தயார் செய்துகொண்டிருந்தன. கடைசியில் அந்த நாளும் வந்தது.

3

குருவைச் சந்தித்தல்

தன்னுடைய வாழ்நாள் முயற்சியெல்லாம் வீணாகிவிடுமோ, எல்லாம் நிராசையாகிவிடுமோ என்று நினைக்கும் நிலைக்கு ஹஸ்ரத் தள்ளப்பட்டார்கள். இனி நமக்கு ஆன்மிக உள்ளுணர்வும் நுண்ணறிவும்தான் வழிகாட்டவேண்டும் என்ற முடிவுக்கு அவர்கள் வந்தபோது, சக ஆசிரியராக இருந்த ரௌஸுர் ரஹ்மான் என்பவர்தான் ஒரு பாதையைக் காட்டினார். அது இறைவனின் ஏற்பாடு என்றுதான் சொல்லவேண்டும்.

சூஃபி ஹஸ்ரத் ஷெய்கு மௌலவி முஹம்மத் சயீத்கான் அவர்களைப்பற்றி ரௌஸுர் ரஹ்மான் எடுத்துக்கூறினார். அவர்களிருந்த பகுதிக்கு ஹஸ்ரத் சயீத்கான் அவர்கள் வருகைதர இருப்பதாகவும் கூறினார்.

ஹஸ்ரத் சயீத்கான் அவர்கள் உ.பி.யின் ஆதம்கர் பகுதியில் இருந்த ஒரு பள்ளியில் அரபி ஆசிரியராக இருந்தார்கள். மதுரா நகருக்கு ஒரு புத்தாக்கப்பயிற்சிக்காக வந்துகொண்டிருந்தார்கள். மதுரா நகர் உ.பி.யின் மிகமுக்கியமான ஒரு நகராகும். கிருஷ்ணர் பிறந்த ஊர் என்று அது நம்பப்படுகிறது. ஹஸ்ரத் சயீத்கான் மூலமாக ஹஸ்ரத் ஆஸாத் ரஸூலின் தேடல்களுக்கு ஒரு விடை கிடைக்கலாம் என்று ரௌஸுர் ரஹ்மான் நம்பினார்.

'மூழ்கிக்கொண்டிருக்கும் ஒரு மனிதன் வெறும் வைக்கோல் கிடைத்தால்கூட கெட்டியாகப் பிடித்துக்கொள்வதைப்போல எனக்கிருந்தது அது. ஹஸ்ரத் சயீத்கான் அவர்களுக்கு என் சூழ்நிலையை விளக்கமாக எழுதி ஒரு கடிதம் அனுப்பினேன்'.

'உங்களைப்பற்றிக் கேள்விப்பட்டதிலிருந்து உங்களை சந்திக்க வேண்டும் என்று நான் ஏங்கிகொண்டிருக்கிறேன். திரு. ரௌஸுர் ரஹ்மான் சொன்னதெல்லாம் உண்மையாக இருக்க வேண்டும். உங்களை சந்தித்த பிறகு, ஒரு ஞானாசிரியரைத் தேடி நான் வேறெங்கும் அலையவேண்டியிருக்கக்கூடாது என்று விரும்புகிறேன். உங்களுடைய பரிவு மற்றும் வழிகாட்டுதல் மூலம் நான் சத்தியத்தை அறிந்துகொள்வேன் என்று நினைக்கிறேன். இதுவே எனது ஆழமான ஆசையும் நம்பிக்கையுமாகும்' என்று ஹஸ்ரத் அதில் எழுதியிருந்தார்கள்.

சயீத்கான் அவர்கள் மதுராவில் இருந்த ஒரு பள்ளிவாசலில் தங்கி இருப்பதாகக் கேள்விப்பட்டு அவர்களைப் பார்க்க ஹஸ்ரத் ஆஸாத் ரஸுல் சென்றார்கள். ஒரு மார்க்க அறிஞர் தலையில் ஒரு வட்டமான வெள்ளைத்தொப்பி அணிந்துகொண்டு அமர்ந்திருப்பது தூரத்திலிருந்தே தெரிந்தது. ஹஸ்ரத் வருவதைப் பார்த்ததும் ஹஸ்ரத் சயீத்கான் அவர்கள் எழுந்து நின்றார்கள். ஹஸ்ரத்தை வரவேற்க எழுந்ததைப்போல. ஆனால் அவர் முன்னால் சென்றவுடன் தன்னை இழந்த, மெய்மறந்த தொரு மயக்க நிலைக்கு ஹஸ்ரத் ஆஸாத் ரஸுல் சென்றார்கள்.

ஹஸ்ரத் சயீத்கான் அவர்களை நெருங்கிய ஹஸ்ரத் ஆஸாத் ரஸுல் நண்பர் ரௌஸுர் ரஹ்மான் கொடுத்த ஒரு அறிமுகக்கடிதத்தை அவர்களிடம் கொடுத்துவிட்டு தான் வந்த நோக்கத்தை எடுத்துரைத்தார்கள்.

'ஹஸ்ரத், நான் சின்ன வயசிலிருந்தே தேடிக்கொண்டிருக் கிறேன். படிக்க முடிந்ததையெல்லாம் படித்துவிட்டேன். செய்ய முடிந்ததையெல்லாம் செய்துவிட்டேன். எல்லாப்பக்கமும் பார்த்துவிட்டேன். ஆனால் நான் எதைத்தேடிக் கொண்டிருக்கிறேனோ அது என்னைவிட்டு நழுவிக்கொண்டே இருக்கிறது. உங்களிடம் பயங்கரமான ஆன்மிக சக்தி இருப்பதாக நண்பர் ரௌஸுர் ரஹ்மான் கூறினார். நீங்கள் வெறும் களிமண்ணைப் பார்த்தாலும் அது உயிர் பெற்றுவிடும் என்று சொன்னார். எனக்கும் தயவு செய்து தயவு காட்டுங்கள்' என்று சொன்னார்கள்.

உட்கார்ந்த நிலையில் ஹஸ்ரத் ஆஸாத் ரஸூல் சொன்னதையெல்லாம் கேட்டுக்கொண்ட ஹஸ்ரத் சயீத்கான், 'இது அனுபவத்தின் பாதையாகும். நீ தொடங்கிக்கொள். பின் என்ன நிகழ்கிறது என்று நீயே உணர்ந்துகொள்வாய்' என்று மட்டும் சுருக்கமாகச் சொன்னார்கள்.

'எங்கள் முதல் சந்திப்பு கொஞ்சநேரம்தான். ஆனால் அது என் இதயத்தில் ஒரு பெரும் கிளர்ச்சியை, மாற்றத்தை உண்டு பண்ணியிருந்தது. ஹஸ்ரத் அவர்கள் என்னை மிகவும் ஈர்த்திருந்தார்கள். நான் அன்றிரவு அவர்களுடனேயே மதுராவில் தங்கியிருந்து மறுநாள் காலையிலேயே அவர்கள் கொடுத்த பயிற்சியைத் தொடங்கிவிட்டேன்' என்று ஆஸாத் ரஸூல் கூறினார்கள்.

அந்த முதல் சந்திப்பிலிருந்தே சயீத்கான் அவர்களின் ஞானாசிரியர் ஹாமித் ஹஸன் அலவி அவர்களையும் பார்க்க ஆஸாத் ரஸூல் ஆவல் கொண்டார்கள். அவர்களுக்கான அடுத்த குளிர்கால விடுமுறையில் அந்த வாய்ப்புக் கிடைத்தது. ஹாமித் ஹஸன் அலவி அவர்களை சந்தித்துக் கொஞ்சநேரம் பேசிக்கொண்டிருந்த பிறகு, இறைவன் இறுதியாகத் தன் பிரார்த்தனைகளுக்கு பதிலளித்துவிட்டான் என்று ஆஸாத் ரஸூல் அவர்களுக்குப் புரிந்தது. ஹஸ்ரத் சயீத்கான் மூலமாக தனக்கான குரு கிடைத்துவிட்டார் என்று உணர்ந்துகொண்டதும், ஸூஃபிப்பாதையில் தன் பயணத்தை ஆஸாத் ரஸூல் தொடங்கினார்கள்.

இப்போது இஸ்லாத்தோடு தனக்கு ஒரு ஆழமான ஆன்மிகத் தொடர்பும் உள்பார்வையும் ஏற்படுவதை ஹஸ்ரத் உணர்ந்து கொண்டார்கள். 'இப்போது நான் ஒரு முஸ்லிம். இது பிறப்பினால் மட்டும் ஏற்பட்ட உறவல்ல. ஆழமான புரிந்து கொள்ளலாலும், நுண்ணறிவினாலும், ஆன்மிக அனுபவங் களாலும் ஏற்பட்டது' என்று கூறினார்கள்.

கிட்டத்தட்ட முப்பது ஆண்டுகள் தன் ஞானாசிரியரோடு சேர்ந்து ஹஸ்ரத் உழைத்தார்கள். அவர்கள் சொன்னபடியெல்லாம் செய்து பல ஆன்மிக அனுபவங்களையும் உயர் படிநிலை களையும் பெற்றார்கள். அவர்கள் எங்கே சென்றாலும் கூடவே சென்றார்கள். ஹஸ்ரத் சயீத்கானின் ஊரான ஆதம்கர் என்ற ஊருக்கும் சென்று தங்கி பல அனுபவங்களைப் பெற்றார்கள்.

விரைவிலேயே தன் குருவிடமிருந்து நக்ஷபந்தி, முஜத்திதி, சிஷ்தி, காதிரி, ஷாதிலி ஆகிய ஐந்து ஆன்மிகப்பாதைகளிலும் நாடிவருபவர்களுக்கு வழிகாட்ட அனுமதியும் பெற்றார்கள்.

பின்பு ஒருநாள் ஆஸாத் ரஸூல் அவர்களை அழைத்து சயீத்கான் இப்படிக் கூறினார்கள்: 'என் ஞானாசிரியரிடமிருந்து நான் எதையெல்லாம் கற்றுக்கொண்டேனோ, அதையெல்லாம் நான் உங்களுக்கு சொல்லிக்கொடுத்துவிட்டேன். இனி அல்லாஹ்வின் ஆசீர்வாதங்களுக்காகவும் அருட்கொடைகளுக்காகவும் காத்திருங்கள். ஏனெனில் இப்பாதையில் வெற்றி என்பது அவனது கருணையிலும் அன்பிலும்தான் உள்ளது. நீங்கள் செய்யும் பயிற்சிகளினாலும் முயற்சிகளினாலும் அது கிடைப்பதில்லை'. அதோடு, 'அல்லாஹ் தன் கிருபையை தான் நாடியவர்களுக்கே கொடுக்கிறான்' என்ற திருமறை வசனத்தையும் (57:21) ஓதிக்காட்டினார்கள்.

ஆன்மிகப் பயிற்சிகளைத் தொடங்கிய காலகட்டத்தில் பலரைப்போலவே ஹஸ்ரத் அவர்களும் ஒரு நாள் முழுக்க இப்பயிற்சிகளுக்காகவே செலவிடவேண்டும் என்று நினைத்தார்கள். ஆனால் தசவ்வுஃப் எனப்படும் இஸ்லாமிய ஆன்மிகப்பாதையின் சாதகர்களுக்கு அவ்வித அனுமதி கொடுக்கப்படுவதில்லை.

இவ்வுலகத்தை விட்டுவிட்டு உள்ளே வரவேண்டும் என்று அவர்களுக்கு சொல்லப்படவில்லை. உலகத்தில்தான் இருக்க வேண்டும். ஆனால் அதன் ஆசாபாசங்களில் ஒட்டிக்கொண்டு விடாமல் இருக்கவேண்டும் என்றுதான் சொல்லப்பட்டுள்ளது. Be in the world but not of the world என்று ஆங்கிலத்தில் சொல்வது மாதிரி. படைத்தவனுக்கு மட்டுமின்றி, படைப்பினங்களுக்கும் சேவை செய்யவேண்டும். மனிதர்களுக்கும், மிருகங்களுக்கும், பறவையினத்துக்கும், புல்பூண்டுகளுக்கும் செய்யும் சேவையே ஆண்டவனுக்குச் செய்யும் சேவையாக மாறிவிடுகிறது என்பதை அனுபவப்பூர்வமாக அவர்கள் உணர வாய்ப்பு கொடுக்கப்பட்டது.

தன் வேலையை விட்டுவிட்டு ஆன்மிகப்பணிகளுக்கே தன்னை முழுமையாக ஒப்படைக்க எண்ணம் உள்ளது என்று சயீத்கான் அவர்களிடம் ஹஸ்ரத் சொன்னபோது, அப்படியெல்லாம் செய்யக்கூடாது என்று சயீத்கான் தடுத்துவிட்டார்கள்.

இவ்வுலகக் காரியங்களை, கடமைகளை சரியாகச்செய்வது ஆன்மிகப்பாதையை செம்மைப்படுத்தும் என்று விளக்கினார்கள்.

எனவே தொடர்ந்து ஜாமியா மில்லியாவிலேயே தலைமை ஆசிரியராக ஹஸ்ரத் தன் பணியைத்தொடர்ந்தார்கள். பின்பு திருமணமும் செய்துகொண்டார்கள்.

ஹஸ்ரத் அவர்களின் மனைவியார் ஒரு சையிதா ஆவார்கள். (நபிகள் நாயகம் அவர்களது பரம்பரையில் வந்தவர்). அதுமட்டுமின்றி, ஆன்மிகத்தில் நாட்டம் கொண்டவர்களாகவும், ஹஸ்ரத் அவர்களின் தரீக்காவின் பணிகளுக்கு உதவி செய்பவராகவும், அதன் பயிற்சிகளை மேற்கொள்பவராகவும் இருந்தார்கள்.

4

ஹஸ்ரத் சயீத்கான் வாழ்க்கைக் குறிப்பு

ஹஸ்ரத் சயீத்கான் அவர்கள் உ.பி.யிலிருந்த ஆதம்கர் பகுதியில் தன் தாய்வழிப்பாட்டன் பாட்டியின் வீட்டில், சத்தாபூர் சராய் என்ற ஊரில் நவம்பர் 1907ல் (ஹிஜ்ரி 1325) பிறந்தார்கள். அது புனித ரமலான் மாதத்தின் கடைசிப்பத்து. மிகச்சரியாகச் சொல்வதானால் சயீத்கான் அவர்கள் நொனாரி என்ற ஊரிலிருந்து வந்தவர்கள். நொனாரி என்ற ஊர் ஆதம்கர் பகுதிக்கு அருகிலிருந்த சராய்மீர் என்ற நகருக்கு அருகிலிருந்தது. பின்னர் மங்கராவான் என்ற ஊருக்குக் குடிபெயர்ந்தார்கள். மங்கராவான் ஊரில் சயீத்கான் அவர்களுக்கு கொஞ்சம் நிலமும் ஒரு வீடும் இருந்தது. ஆனால் ஆதம்கர் பகுதியில் ஆசிரியராகப் பணிபுரிய வேண்டியிருந்ததால் ஜும்மா பள்ளிவாசலுக்கு அருகில் ஒரு வாடகை வீட்டில் தங்கியிருந்தார்கள்.

சயீத்கான் அவர்களின் தந்தையார் 'முழுக்குர்'ஆனையும் மனனம் செய்தவர். இப்படிச் செய்தவர்களை 'ஹாஃபிஸ்' என்று கூறுவர். தந்தையைப்போலவே சயீத்கான் அவர்களும் முழுக்குர்' ஆனையும் சிறுவயதிலேயே மனனம் செய்து ஹாஃபிஸானார் கள். அப்படிச் செய்வது மற்ற அறிவுகளையெல்லாம் பெறுவதற்கு உதவும் என்று சயீத்கான் கூறினார்கள். திருமறையை மனனம் செய்தது போதாதென்று அதன் அர்த்தங்களை ஆழமாகப் படித்துத்தெளிந்தார்கள். அந்த விஷயத்தில்

அப்துர்ரஹ்மான் என்ற இன்னொரு ஹாஃபிஸோடு சேர்ந்து செய்தார்கள். அவர் திருமறைக்கு விளக்கம் கொடுக்கும் 'முதஷாபிஹாத்' என்ற நூலை எழுதியவர் என்பது குறிப்பிடத்தக்கது.

திருமறையை மனனம் செய்யும் காரியம் முடிந்த பிறகு அரபி, ஃபார்ஸி மொழிகளை நொனாரிக்கு அருகிலிருந்த பக்ரா என்ற ஊரில் படித்தார்கள். பின்னர் கான்பூரிலிருந்த மத்ரஸா ஜியாவுல் உலூம் என்ற பள்ளியில் சேர்ந்து ஒரே ஆண்டில் படிப்பை முடித்தார்கள். அந்த சமயத்தில் சில உறவினர்கள், சயீத்கான் அவர்களைப்பற்றி, 'இவர் இனி தர்மக்காசைப் பெற்றுக் கொள்ளலாம்' என்பது போன்ற மனம் வருத்தும் சில கருத்துக்களைக் கூறினார்கள். அந்த மோசமான விமர்சனத்தால் உந்தப்பட்ட சயீத்கான் அவர்கள் ஒரே ஆண்டில் உதவிக்கு எந்த ஆசிரியரையும் வைத்துக்கொள்ளாமல் மெட்ரிகுலேஷன் படிப்பை முடித்தார்கள்.

சயீத்கான் அவர்கள் கான்பூரில் படித்துக்கொண்டிருந்த காலகட்டத்தில் மாமா ஒருவர் மாதாமாதம் பதினைந்து ரூபாய் அனுப்பிக்கொண்டிருந்தார். ஒரு கட்டத்தில் இருவருக்கும் ஏதோ மனக்கசப்பு ஏற்பட்டது. அதனால் பணம் கேட்டு சயீத்கான் அவர்கள் கடிதம் எதுவும் எழுதவில்லை. யாரிடமும் எதுவும் கேட்காமல் இருப்பில் இருந்த பார்லியை உட்கொண்டே காலம் தள்ளினார்கள். ஆனால் கொஞ்சகாலம் கழித்து மீண்டும் பதினைந்து ரூபாய் அந்த மாமாவிடமிருந்து வரத்தொடங்கியது.

1928ல் சயீத்கான் அவர்கள் அலாஹாபாத்தில் மத்ரஸா முஹம்மதிய்யா என்ற பள்ளியில் ஆசிரியராகப் பணியில் அமர்ந்தார்கள். பத்தாண்டுகள் அங்கு பணிபுரிந்த அவர்கள் கிரேக்க மொழி மருத்துவத்தேர்விலும் வெற்றி பெற்றார்கள். பெருமானாரின் வழிமுறையைப் பின்பற்றுவதில் சயீத்கான் அவர்கள் மிகுந்த அக்கறை காட்டினார்கள். நல்லொழுக்கத்தை மாணவர்களிடம் உருவாக்க பெரிதும் பாடுபட்டார்கள். பெருமானாரின் வழிமுறையிலிருந்து யாரும் வழிவிலகிப் போவதை அவர்கள் அனுமதித்ததே இல்லை. யாராவது அதில் கொஞ்சம் அலட்சியம் காட்டி வழிவிலகிப்போனாலும் உடனே கண்டித்து மீண்டும் நல்வழிக்குக் கொண்டுவந்துவிடுவார்கள். ஒரு சின்ன உத்தரவைக்கூட மாணவர்கள் மீறக்கூடாது என்பதில் அவர்கள் ரொம்ப கண்டிப்பாக இருந்தார்கள்.

சயீத்கான் அந்தப்பள்ளியின் விடுதியின் பொறுப்பாளராகவும் இருந்தார்கள். அவசியம் ஏற்படும்போதெல்லாம் மாணவர்

களோடு உரையாடி தெளிவை ஏற்படுத்தினார்கள். அந்தப்பள்ளியில் பணிபுரிந்த முஹம்மது மியான் என்பவரை ஹஸ்ரத் ஆஸாத் ரஸூல் ஒருமுறை சந்தித்தபோது சயீத்கான் அவர்கள் எப்படிப்பட்ட முன்னுதாரண ஆசிரியராகத் திகழ்ந்தார்கள் என்று அவர் ஆஸாத் ரஸூல் அவர்களிடம் சொன்னார்.

பத்தாண்டுகள் அந்தப்பள்ளியில் பணிபுரிந்தும், தான் ஒன்றுமே சாதிக்கவில்லை என்று சயீத்கான் கூறினார்கள். அலாஹாபாத்தில் இருந்தபோது டாக்டர் அஷ்ரஃப், சஜ்ஜாத் சஹீர் போன்ற கம்யூனிஸத்தலைவர்களைச் சந்தித்தார்கள். இரண்டு சட்டைகள், இரண்டு பைஜாமாக்களுடன் மட்டுமே வாழ்ந்த அவர்களது எளிமையான தியாக வாழ்க்கை சயீத்கான் அவர்களை மிகவும் கவர்ந்தது. தன்னுடைய மார்க்கத்துக்காக தானும் ஏதாவது செய்யவேண்டும் என்ற ஆவல் அவர்களை உந்திக்கொண்டிருந்தது.

அலாஹாபாத்துக்குத் திரும்பிய பிறகு கொஞ்சகாலம் ஆசிரியராகவே இருந்தார்கள். 1941ல் ஆதம்கர் பகுதியில் இருந்த ஷிப்லி பள்ளியில் அரபி சொல்லிக்கொடுக்கும் ஆசிரியர் வேலைக்கு ஆள் தேவைப்பட்டது. அதற்கு சயீத்கான் அவர்களும் மௌலவி அப்துஸ்ஸலாமும் தேர்ந்தெடுக்கப் பட்டனர். அரபி மற்றும் உர்து ஆகிய மொழிகளை அங்கே சயீத்கான் கற்றுக்கொடுத்தார்கள். தனது பணிக்காலத்தில் மூன்று முதல்வர்களின் கீழ் வேலை பார்த்துள்ளார்கள்.

அந்த சமயத்தில் கொல்கத்தாவின் மத்ரஸா-எ-ஆலியா பள்ளியில் ஒரு காலியிடம் உருவானது. அங்கே வேலைக்குப் போனால் நக்ஷபந்தி முஜத்திதி பாதையை எளிதாகப் பரப்ப முடியும், அங்கிருந்த கான்காவையும் கவனித்துக்கொள்ள முடியும் என்று சயீத்கான் நம்பினார்கள். ஆனால் இறைவன் அவர்களுக்காக வேறு திட்டம் வைத்திருந்ததால் அவர்களால் கொல்கத்தாவுக்குச் செல்லமுடியவில்லை.

இருபத்தேழு ஆண்டுகள் பணி செய்த பிறகு சயீத்கான் பணி ஓய்வு பெற்றார்கள். பந்தேல் என்ற ஊரில் தங்கிக்கொண்டால் நக்ஷபந்தி முஜத்திதி ஆன்மிகப்பாதையை வெகுவாகப் பரப்ப முடியும் என்று நம்பினார்கள். எனவே கொஞ்ச-காலம் பந்தேலில் சயீத்கான் தங்கியிருந்தார்கள். அந்த சமயத்தில் ஹஸ்ரத் ஆஸாத் ரஸூலும் அங்கே தன் மனைவி குழந்தைகளுடன் தங்கியிருந்தார்கள்.

பந்தேலில் தன் அன்றாடப் பயிற்சிகளுடன், திருமறை நபிமொழி ஆகியவற்றைப் படிப்பதற்கும் கணிசமான நேரத்தைச் செலவிட்டார்கள். அவ்வப்போது நக்ஷபந்தி முஜத்திதி பாதையின் மூலவர்களில் ஒருவரான ஹஸ்ரத் ஷெய்கு அஹ்மத் ஃபரூக்கி சர்ஹிந்தி அவர்களின் கடிதங்களை அவ்வப்போது கொஞ்சம் படிப்பார்கள். ஏதாவது எழுதி வைக்க வேண்டுமென்று தோன்றும்போது, தன் கருத்துக்களையும் அவ்வப்போது எழுதி வைத்துக்கொண்டார்கள். அப்போது வேறு யாராவது அங்கிருந்தால், அவர்களை எழுதச் சொல்லுவார்கள்.

ஆன்மிக வழிகாட்டுதலுக்காக சயீத்கான் அவர்களை நாடி தினமும் தேடல் கொண்ட பல மாணவர்கள் வந்து கொண்டிருந்தனர். நேரம் கிடைத்தபோதெல்லாம் அவர்களோடு சயீத்கான் உரையாடினார்கள். அப்போதெல்லாம் நக்ஷபந்தி முஜத்திதி பாதையைப் பரப்புவதற்காக அடிக்கடி பல ஊர்களுக்குப் பிரயாணமும் செய்துவந்தார்கள்.

தன் மகன் அஸ்துத்தீன் மியான் கேட்டுக்கொண்டதன் பேரில் கொஞ்சகாலம் சயீத்கான் அலிகருக்குச் சென்று தங்கியிருந்தார்கள். அவ்வப்போது டெல்லியில் ஹஸ்ரத் ஆஸாத் ரஸுலின் வீட்டிலும் தங்கினார்கள். பின்னர் ஆதம்கர் ஊரில் வாடகைக்கு ஒரு வீடெடுத்து அங்கேயே தங்கினார்கள். இறக்கும்வரை அங்குதான் இருந்தார்கள். அவர்களது இறுதிநாட்களில் பாதங்களில் ஏற்பட்ட கடுமையான புண் காரணமாக பள்ளிவாசலுக்குச் சென்று அவர்களால் தொழ முடியவில்லை. வீட்டிலேயே தொழுதார்கள்.

ஆனால் அந்த காலகட்டத்திலும் தன்னைப் பார்க்க வருபவர் களை சந்தித்துக்கொண்டுதான் இருந்தார்கள். வந்தவர்கள் அருகிலிருந்த ஜாமியா மஸ்ஜிதில் தங்கிக்கொண்டார்கள். இந்தக் காலகட்டத்தில் ஒரு நாளைக்கு ஒரு முறையாவது சயீத்கான் அவர்களின் வீட்டில் ஒரு சந்திப்பு இருக்கும். வருபவர்கள் ஆன்மிகம் மட்டுமின்றி தங்கள் சொந்தப்பிரச்சனைக்கும் தீர்வு கண்டுகொள்வார்கள்.

சயீத்கான் அவர்களுக்கு திருமறை பற்றிய ஆழமான ஞானமிருந்தது. அதேசமயம், திருமறையை மிக அழகாக ஓதவும் செய்தார்கள். ரமலான் மாதத்தில் அவர்கள் திருமறையை ஓதும்போது கேட்பவர்களெல்லாம் ஒருவித ஆன்மிகப் பரவச நிலைக்குச் சென்றுவிடுவார்கள்.

ஒருமுறை திருக்குர்’ஆனை சயீத்கான் அவர்கள் அழகிய குரலில் ஓதித்தொழ வைத்துக் கொண்டிருந்தபோது ஓதுதலில் பல தவறுகள் ஏற்பட்டன. அவசர அவசரமாக தொழுகையை முடித்துக்கொண்டு பின்னால் திரும்பிப் பார்த்தார்கள். தொழுகைக்கு முன் முறைப்படி தண்ணீரால் உடலில் சில பாகங்களைச் சுத்தம் செய்துகொள்ளவேண்டும். அது ‘வளூ’ எனப்படும். ஆனால் வந்திருந்த இளைஞர்களில் சிலர் முறைப்படி வளூ செய்யவில்லை என்று அப்போது தெரிந்தது. அவர்களை வெளியே போகும்படிச் சொன்னார்கள். அதன்பிறகு தொழுகையின் ஓதுதலில் எந்தத் தவறும் ஏற்படவில்லை!

நக்ஷபந்தி முஜத்திதி ஆன்மிகப்பாதையில் மட்டுமின்றி பிரபலமான வேறு ஐந்து பாதைகளில் சொல்லப்பட்ட பயிற்சிகளையும் சயீத்கான் அவர்கள் பரிபூரணமாகச் செய்தார்கள். அதன் பின்னர் அவர்கள் திருமறையை ஓதியபோது அது அவர்களையும் கேட்டவர்களையும் வேறொரு உலகத்துக் கொண்டு சென்றது. அவர்கள் திருமறையை ஓதியபோது கேட்டவர்களுக்கு களைப்போ அலுப்போ என்றுமே தோன்றியதில்லை. மாறாக ஒரு பேரானந்த நிலைக்குக் கேட்பவர்கள் உள்ளானார்கள்.

சயீத்கான் அவர்கள் திருமறை ஓதுவதைக் கேட்கும் வாய்ப்பு ஹஸ்ரத் ஆஸாத் ரஸுல் அவர்களுக்கு பலமுறை வாய்த்திருக் கிறது. மூன்று அல்லது ஏழு நாட்களில் முழுக்குர்’ஆனையும் ஓதி முடித்துவிடுவார்கள். அவர்களின் பின்னால் நின்று தொழுதவர் களுக்குக் களைப்போ, அலுப்போ ஏற்பட்டதே இல்லை.

ஒரு ரமலான் மாதத்தில் ஒருநாள், சீடர்கள் கேட்டுக் கொண்டதற்கிணங்க, இரண்டு ரக்‘அத் தொழுகையிலேயே முழுக்குர்’ஆனையும் ஓதி முடித்தார்கள். அதை அவர்கள் நிகழ்த்திய ஓர் அற்புதம் என்றுதான் சொல்லவேண்டும். ஏனெனில் இரண்டு ரக்’அத் தொழுகைக்கு அதிகபட்சமாக பத்து நிமிடம் ஆகலாம். பத்து நிமிடத்தில் முழுக்குர்’ஆனையும் ஓதி முடிப்பதென்பது அற்புதமல்லவா? அதுமட்டுமல்ல. பின்னால் தொழநின்று கேட்டுக்கொண்டிருந்தவர்களுக்கு அது அலுப்பூட்டவில்லை. தன்னை மறந்த நிலையில் அனைவருமே இருந்தார்கள். அனைவருமே ஒருவித ஆன்மிக பரவச நிலைக்குச் சென்றிருந்தார்கள். திருமறையின் பேரொளி அலையலையாக அங்கே நீண்ட தூரத்துக்குப் பரவியிருந்தது.

சயீத்கான் அவர்களின் ஆன்ம விசாரம்

சயீத்கான் அவர்கள் ஆரம்பத்திலிருந்தே ஒரு பேரறிஞராகவும் சிந்தனாவாதியாகவும் இருந்தார்கள். பல அறிஞர்களைச் சந்தித்து உரையாடியுள்ளார்கள். இளமைக்காலத்தில் மார்க்கச் சொற்பொழிவுகள் கேட்பதில் நாட்டம் கொண்டிருந்தார்கள். ஆனால் இது எதனாலும் அவர்களுக்கு மனநிம்மதி கிடைக்கவில்லை. சத்தியத்தை உணரமுடியவில்லை. எனவே சத்தியத்தை நாடி அலைந்துகொண்டே இருந்தார்கள்.

'நான் சூஃபித்துவம் பற்றிய சில தவறான கருத்துக்களைக் கொண்டிருந்தேன். என் கண் முன்னாலேயே சத்தியம் ஒளிர்ந்துகொண்டிருந்ததை என்னால் பார்க்க முடியவில்லை. நான் ஒருவித நிராசையில் இருந்தேன். இஸ்லாம்தான் எனது பாரம்பரியம். அதை என்னால் மறுக்க முடியவில்லை. ஆனாலும் சத்தியத்தை உணர்ந்துகொள்ளவேண்டும் என்ற பற்றி எரியும் ஆசை என்னிடம் இருந்தது' என்று கூறினார்கள்.

தனது குருவான ஹஸ்ரத் ஹாமித் ஹஸன் அவர்களுக்கு இப்படியொரு கடிதம் எழுதினார்கள்: 'ஹஸ்ரத், எனது நம்பிக்கை நிச்சயத்தன்மையை அடிப்படையாகக் கொண்டுள்ளது. நான் ஒரு முஸ்லிம் குடும்பத்தில் பிறந்ததால் என் முன்னோர்களை நான் பின்பற்றி நடந்துவந்தேன். ஆனால் நான் அறிந்துகொள்ளவேண்டியது கூடுதலாக ஏதேனும் இருக்குமானால், எனக்கு அதைக்காட்டுங்கள்'.

சயீத்கான் அவர்களுக்கு எழுதிய பதிலில் அவர்களை அலாஹாபாதுக்கு வரும்படி ஹஸ்ரத் ஹாமித் ஹஸன் அலவி கேட்டிருந்தார்கள். எனவே சயீத்கான் அவர்களுக்கும் அவர்களின் குருவான ஹஸ்ரத் ஹாமித் ஹஸன் அலவி அவர்களுக்குமான முதல் சந்திப்பு அலாஹாபாதில் அஹ்மதுல்லாஹ் என்பவரின் வீட்டில் நிகழ்ந்தது. "பயிற்சிகளை செய்யுங்கள். விளைவைப் பாருங்கள்" என்று மட்டும் சொன்னார்கள். கிட்டத்தட்ட இதே வார்த்தைகளைத்தான் சயீத்கான் அவர்களும் ஹஸ்ரத் ஆஸாத் ரஸூலுக்குச் சொன்னார்கள் என்பதை இங்கே நினைவுபடுத்திப் பார்க்கலாம்.

குறைந்த சொற்களுடன், தீவிரமான பயிற்சிகளுடன் தொடங்கியது சயீத்கான் அவர்களின் ஆன்மிக வாழ்வு. சில நாட்களுக்குப் பிறகு ஹஸ்ரத் ஹாமித் ஹஸன் அலவி திரும்பிச் சென்றார்கள். தனது சீடர்களில் ஒருவரான ஹகீம் அஹ்சன்

மியான் என்பவரோடு தொடர்பில் இருக்கும்படி கேட்டுக் கொண்டார்கள். ஹகீம் அஹ்சனின் வீட்டிலிருந்து ஐந்து கிமீ தொலைவில் சயீத்கான் இருந்தார்கள்.

ஆனால் அவர்களின் ஆர்வமும் தீவிரமும் எப்படி இருந்ததெனில், விடியலுக்கு முன் செய்யப்பட்டும் தஹஜ்ஜத் என்ற தொழுகைக்குப்பின், ஹகீம் அஹ்சனின் வீட்டுக்கும் நடந்தே சென்று, தினசரிப்பயிற்சிகளை பள்ளிவாசலில் செய்தார்கள். ஹஸ்ரத் ஹாமித் ஹஸன் அலவி உத்தரவு கொடுத்தபடி, பத்து நுட்பமான ஆன்மிக மையங்களை உணரும் பயிற்சிகள் யாவும் ஹஸ்ரத் ஹாமித் ஹஸன் அலவி அவர்களின் உத்தரவுப்படி ஹகீம் அஹ்சனின் மேற்பார்வையிலேயே நடந்தேறியது.

ஆனால் பத்து நுட்பமான ஆன்மிக மையங்களை எழுப்பும் பயிற்சிகளையெல்லாம் செய்து முடித்துவிட்டபோதும் சயீத்கான் அவர்களுக்குத் திருப்தி ஏற்படவில்லை. ஒன்பது மாதங்களுக்குப் பிறகு ஹஸ்ரத் ஹாமித் ஹஸன் அலவி அவர்களால் நேரடியாக ஆன்மிக மாணவனாக ஏற்றுக் கொள்ளப்பட்டார்கள். அதாவது குருவின் குருவால் சீடராக ஏற்றுக்கொள்ளப்பட்டார்கள்.

ஒவ்வொரு நாளும் ஆன்மிகப்பயிற்சிகளை விடாமல் மிகவும் தீவிரமாகச் செய்துவந்தார்கள். ஹகீம் அஹ்சனுடைய நட்பு அதற்குப் பெருந்துணையாக இருந்தது. மெல்ல மெல்ல சயீத்கான் அவர்களின் அக புற வாழ்க்கையில் சத்தியமானது தன்னைத் தெளிவாக வெளிப்படுத்தத் தொடங்கியது.

இந்தக் காலகட்டத்தில் அலாஹாபாத்தில் மித்தன்ஷா என்பவரோடு சயீத்கான் அவர்களுக்கு நெருங்கிய நட்பு ஏற்பட்டது. அவர் அகவயமான ஆன்மிக அனுபவம் மிக்கவராக இருந்தார். அதோடு, சயீத்கான் அவர்களை மித்தன்ஷாவுக்கு மிகவும் பிடித்திருந்தது. அவர்மீது பிரத்தியேகமான ஆன்மிக கவனத்தைச் செலுத்தினார் மித்தன்ஷா. அதன் விளைவாக சயீத்கான் அவர்களின் ஆன்மிக அனுபவங்களில் கிடுகிடுவென ஏற்றம் ஏற்பட்டது. மித்தன்ஷா தன்னை உணர்ந்தவர் என்று சயீத்கான் குறிப்பிட்டார்கள். ''நான் 'மலாயிகத்'துகளோடு (வானவர்கள்) இருக்கும்போது எனக்குப் பசிப்பதில்லை. உங்களையெல்லாம் சந்திக்கும்போதுதான் சாப்பிடுகிறேன்'' என்று மித்தன்ஷா சொல்லுவார்! அவர் எப்போதுமே சயீத்கான்

அவர்களைப் பார்க்க வந்தபோதெல்லாம் பால் கொண்டு வருவார். அதைக்கலக்கியதும் அது பாலால் செய்யப்பட்ட ஒரு சுவையான இனிப்புப்பண்டமாக மாறிவிடும்!

1938 வாக்கில் சயீத்கான் அவர்களுக்குத் தன் ஆசிரியப் பணியில் ஆர்வம் குறைந்தது. இதற்குக் காரணம் ஒருபக்கம் அவர்களது ஆன்மிகப்பயிற்சிகள் என்றால் இன்னொரு பக்கம் மித்தன்ஷாவாக இருந்தார். தன் வேலையை ராஜினாமா செய்து விட்டு அலாஹாபாதிலிருந்து தன் வீட்டுக்குத் திரும்பினார்கள். கூடவே மித்தன்ஷாவும் சென்றார். ஆனால் ஏதோ ஒரு மனச்சங்கடத்தால் விரைவில் அலாஹாபாதுக்குத் திரும்பினார்.

அந்த நேரத்தில் சயீத்கான் அவர்களின் ஆன்மிக நிலையில் பெரும் முன்னேற்றம் ஏற்பட்டிருந்தது. இதயம் என்ற நுட்பமான மையத்தின் இரண்டாவது வட்டத்துக்குள் அவர்களது பயிற்சி ஊடுறுவியது. நாள் முழுக்க பயிற்சியிலேயே கழித்தார்கள். பசி தாகம் எதையும் பொருட்படுத்தாமல் பள்ளிவாசலில் அமர்ந்து ஆன்மிகப்பயிற்சிகளைத் தீவிரமாகச் செய்துவந்தார்கள்.

சயீத்கான் அவர்களுடைய வருமான நிலை மிகவும் மோசமாக இருந்தது. ஒருமுறை பணம் எதுவுமே இல்லாததால் மளிகைக்கடைக்காரர் மளிகை சாமான்கள் தர மறுத்துவிட்டார். ஏனெனில் சயீத்கான் அவர்களால் அதற்குரிய பணத்தைத் தரமுடியாது என்று அவர் நினைத்துவிட்டார்.

இவ்விதம் எட்டு மாதங்கள் கழிந்தபிறகு ஹஸ்ரத் ஹாமித் ஹஸன் அலவி அவர்களை சந்தித்தார்கள் சயீத்கான். கடந்த எட்டு மாதங்களில் இரண்டாவது வட்டம் முழுமை அடைந்து விட்டது என்றாலும் இன்னும் நிறைய கடினமாக உழைக்க வேண்டியுள்ளது என்று கூறினார்கள். ஆனாலும் மூன்றாவது வட்டத்துக்கான ஆன்மிகப் பரிமாற்றத்தை ஹஸ்ரத் ஹாமித் ஹஸன் சயீத்கான் அவர்களுக்குக் கொடுத்தார்கள். அவர்கள் வீட்டுக்குத் திரும்பியபோது முற்றிலும் மாறுமட்ட மனநிலையில் இருந்தார்கள்.

தனது வாழ்நாள் நீடிக்கப்பட்டிருப்பதாகவும், புதுவாழ்வு கொடுக்கப்பட்டிருப்பதாகவும், இனி எதைப்பற்றியும் கவலைப்படத்தேவையில்லை என்றும் தன் தாயாரிடம் கூறினார்கள். இவ்விதம் இரவு பகல் பாராமல் மூன்று ஆண்டுகள் தொடர்ந்து கடுமையான பயிற்சிகளில் ஈடுபட்டார்கள். அதன் விளைவாக வெகுவிரைவான ஆன்மிக முன்னேற்றம்

ஏற்பட்டது. ஆர்வமுள்ளவர்களுக்கு ஆன்மிகப்பயிற்சிகள் கொடுக்கலாம் என்ற அனுமதியை இரண்டே ஆண்டுகளில் சயீத்கான் அவர்களுக்கு ஹஸ்ரத் ஹாமித் ஹஸன் கொடுத்தார்கள்.

ஹஸ்ரத் க்வாஜா முயீனுத்தீனை சந்தித்தல்

சிஷ்தி ஆன்மிகப்பாதையின் பயிற்சிகளை சயீத்கான் அவர்கள் செய்யத்தொடங்கிய காலகட்டத்திலேயே சிஷ்தியா ஆன்மிகப்பாதையை உலகெங்கும் பரவச்செய்த மிகமுக்கிய இந்திய ஞானியான ஹஸ்ரத் க்வாஜா முயீனுத்தீன் சிஷ்தி அவர்களோடு சயீத்கான் அவர்களுக்கு ஆத்மார்த்தமான சந்திப்பு கிடைத்தது.

அஜ்மீருக்குச் செல்லும்படி குறிப்பும் கிடைத்தது. ஆனால் அந்த நேரத்தில் சயீத்கான் அவர்களால் போகமுடியவில்லை. ஆனால் பின்னர் சென்றபோது ஹஸ்ரத் க்வாஜா முயீனுத்தீன் சிஷ்தி சயீத்கான் அவர்களுடன் நேரடியாகப் பேசினார்கள். அவர்களது விரைவான ஆன்மிக முன்னேற்றத்தை மிகவும் சிலாகித்தார்கள். ஹஸ்ரத் அப்துல் பாரிஷாஹ் அவர்களின் பெயரை சயீத்கான் அவர்கள் சொன்னதும், அதற்குமேல் க்வாஜா அவர்கள் மேற்கொண்டு எதுவும் கேட்கவில்லை. அந்தப்பெயரே விரைவான எல்லா ஆன்மிக முன்னேற்றங்களையும் விளக்கப் போதுமானதாக இருந்தது.

இவ்விஷயம் பற்றி ஹஸ்ரத் ஹாமித் ஹஸன் அலவி கேள்விப்பட்டபோது, ‘என்னிடம் ஏன் முதலியேயே பணம் இல்லையென்று சொல்லிக் கடிதம் எழுதவில்லை? சொல்லியிருந்தால் என் அரிசியை விற்றாவது அஜ்மீர் செல்ல உங்களுக்குக் காசு அனுப்பியிருப்பேனே’ என்று சொன்னார்கள்.

ஆன்மிகத்தில் மூழ்கி ஞானிகளாக இருந்தவர்களெல்லாம் பெரும் பணக்காரர்கள் அல்ல. பொருளாதாரம் என்ற விஷயத்தில் அவர்கள் எவ்வளவு கஷ்டப்பட்டாலும் ஆன்மிக ஞானத்தில் கோடீஸ்வரர்களாகவே இருந்துள்ளார்கள் என்பதை இந்த நிகழ்ச்சியும் உறுதிப்படுத்துகிறது.

கொல்கத்தாவில்

பின்னர் ஆன்மிகச் சேவை செய்ய சயீத்கான் அவர்களை கொல்கத்தாவுக்கு ஹஸ்ரத் ஹாமித் ஹஸன் அனுப்பினார்கள். ‘இந்த ஆன்மிகப்பாதையைப் பரப்ப 1940-ல் நான்

கொல்கத்தாவுக்கு அனுப்பப்பட்டேன். ஆனால் ஹௌரா ஸ்டேஷனில் இருந்த கூட்டத்தைப் பார்த்ததும் எனக்கு மிகுந்த வேதனை ஏற்பட்டது. ஹஸ்ரத் மௌலா அலீ என்ற ஞானியின் அடக்கஸ்தலத்தில் நான் தங்கியிருந்தேன். இறைவனில் தன்னை இழந்த 'மஜ்தூப்' எனப்படும் கூட்டம் நிறைந்த இடமாக அது இருந்தது. ஆனால் எட்டு நாள் கழித்து ஒருவித குழப்பமான மனநிலையில் நான் அவ்விடம் விட்டு வெளியேற நிர்ப்பந்திக்கப்பட்டேன். ஷா கஞ்ச் ஸ்டேஷனில் இறங்கி உடனே குருநாதர் ஹஸ்ரத் ஹாமித் ஹஸன் அலவி அவர்களைப்போய் சந்தித்தேன்' என்று சயீத்கான் கூறினார்கள்.

ரொம்ப நம்பிக்கையோடு என்னை கொல்கத்தாவுக்கு என் குருநாதர் ஹஸ்ரத் ஹாமித் ஹஸன் அலவி அனுப்பியிருந்தார்கள். ஆனால் நான் போனவேகத்தில் திரும்பி வந்தது அவர்களுக்கு ஆச்சரியத்தைக் கொடுத்தது.

என்ன விஷயம்? தங்குவதில் சாப்பிடுவதில் ஏதாவது பிரச்சனையா என்று கேட்டார்கள். நான் இல்லை என்று பதில் சொன்னேன். பின்னே ஏன் இவ்வளவு சீக்கிரமாக திரும்பி வந்திருக்கிறீர்கள் என்று கேட்டார்கள்.

'இவ்வளவு அபரிமிதமான ஜனத்திரள் நிறைந்த நகரத்தில் என் பேச்சை யார் கேட்கப் போகிறார்கள்? நான் சென்ற நோக்கம் நிறைவேறாது என்று தோன்றியது. அதனால் திரும்பி வந்துவிட்டேன்' என்றார்கள்.

'சரி போய் நேரத்தை இறைவனின் நினைப்பில் செலவிடுங்கள். உங்களால் வழிகாட்டப்பட வேண்டும் என்று இறைவனால் விதிக்கப்பட்டவர்கள் நிச்சயம் அவர்களாகவே உங்களைத்தேடி வருவார்கள்' என்று கூறினார்கள்.

அந்த பதில் சயீத்கான் அவர்களின் மனதுக்கு நிம்மதியளித்தது. அதன்பிறகு ஆன்மிகக் காரியங்களில் அவர்களுக்கு எந்த சந்தேகமும் வரவில்லை. சூரிய உதயத்துக்குப் பிறகான, கடமையல்லாதா 'ச்சாஷ்த்' தொழுகையை நிறைவேற்றிய பிறகு மனதை உருக்கும் வகையில் திருக்குர்'ஆனை சயீத்கான் ஓத ஆரம்பித்தார்கள். திருமறையின் அருளானது ஒளிப்பிழம்பாக நெடுநேரம் அங்கே நீடித்தது. ஹஸ்ரத் ஹாமித் ஹஸன் அலவி சொன்னதுபோல்தான் சயீத்கான் அவர்களின் வாழ்க்கை அதன்பிறகு அமைந்தது. அவர்களது ஒவ்வொரு சொல்லும் நிஜமானது.

கொஹண்டாவில் முஜத்திதி சேவை

டாட்டா நகரைச் சேர்ந்த முஜீபுர்ரஹ்மான் என்பவருக்கு ஒரு உதிப்பு ஏற்பட்டது. அதன்படி அவர் ஹஸ்ரத் ஹாமித் ஹஸன் அலவி அவர்களிடம் வந்து டாட்டா நகரில் ஆன்மிகத்தின் தேவை அதிகமாக உள்ளது, எனவே யாரையாவது அதற்காக அங்கே அனுப்பினால் நல்லது என்று கேட்டுக்கொண்டார். உடனே ஹஸ்ரத் ஹாமித் ஹஸன் அலவி சயீத்கான் அவர்களை அங்கே செல்லும்படி உத்தரவிட, சயீத்கான் அவர்களும் சென்றார். ஆரம்பத்தில் அங்கே பல தடைகள் ஏற்பட்டாலும், பல ஆண்டுகள் கடுமையாக உழைத்த பிறகு, கெட்ட சக்திகள் கரைந்தோடின. விரைவிலேயே நூற்றுக்கணக்கானோர் நக்ஷபந்தி முஜத்திதி பாதையில் சேர்ந்து பயன்பெற்றனர்.

ஹஸ்ரத் சையித் அப்துல் பாரி ஷாஹ் அவர்களின் பாதையில் ஹஸ்ரத் ஹாமித் ஹஸன் அலவி அவர்களுக்கு கிழக்கிந்தியாவில் இந்த ஆன்மிகப்பாதையைப் பரப்பும் பொறுப்பு கொடுக்கப்பட்டிருந்தது. மேற்கிந்தியாவில் இப்பாதையைப் பரப்பப் பொறுப்புக் கொடுக்கப்பட்டிருந்த அப்துஸ்ஸமது அவர்கள் காலமானதால், அங்கே இப்பாதை அவ்வளவாகப் பரவ முடியவில்லை. ஆனாலும் ஹஸ்ரத் ஹாமித் ஹஸன் அலவி அவர்களின் முயற்சியின் பலனாக பங்களாதேஷில் பூர்னியா, டாக்கா, சிட்டகாங் ஆகிய பகுதிகளிலும் பர்மாவிலும் இப்பாதை வேரூன்றியது. ஆனால் உடல்நிலை சரியில்லாத காரணத்தினால் அப்பகுதிகளுக்குச் சென்று ஹஸ்ரத் ஹாமித் ஹஸன் அலவி அவர்களால் நிலைமையை கண்காணித்துவர முடியவில்லை.

இதற்காக அனுப்பப்பட்ட பிரதிநிதிகள் தங்களுக்குத் தோன்றிய விளக்கங்களையெல்லாம் சொல்ல ஆரம்பித்தார்கள். இதனால் பாதையின் பயிற்சிகளில் தேக்கமும், புதுமையும், வித்தியாசமும் தோன்ற ஆரம்பித்தன. அதனால் இப்பகுதிகளுக்கெல்லாம் சென்று சரியான பாதையைக் காட்டி விளக்கி வரும்படி சயீத்கான் அவர்களை ஹஸ்ரத் ஹாமித் ஹஸன் அலவி அனுப்பினார்கள்.

அதன்படியே செய்த சயீத்கான் அவர்களைச்சுற்றி விரைவிலேயே ஒரு அர்ப்பணிப்புக்குழு உருவானது. மற்ற பிரதிநிதிகளும் சயீத்கான் அவர்களோடு ஒத்துழைத்ததால் வெற்றி விரைவிலேயே கிடைத்தது. விரைவிலேயே அப்பகுதிகளில் இந்த ஆன்மிகப்பாதையின் காரியங்கள் புதிய

வலிமையுடன் செயல்பட ஆரம்பித்தன. இதேபோல பங்களாதேஷிலும் செய்யப்பட்டது.

ஹஸ்ரத் ஹாமித் ஹஸன் அலவி மற்றும் ஹஸ்ரத் சயீத்கான் ஆகியோரின் ஆசீர்வாதத்துடன் ஹஸ்ரத் ஆஸாத் ரஸூலும் இக்காரியத்தைச் செய்யத்தொடங்கினார்கள். ஜாமியாவில் பல பகுதிகளிலிருந்தும் மாணவர்கள் படித்தார்கள். அவர்களது பொறுப்பாளர்களோடு ஹஸ்ரத் ஆஸாத் ரஸூலுக்கு நல்ல பழக்கம் இருந்ததால் அவர்களாலும் இந்த ஆன்மிக சேவை பரவத்தொடங்கியது. ஹைதராபாத், சென்னை, பங்களூரு, அஹ்மதாபாத், ஜெய்பூர் போன்ற நகரங்களில் ஆறு வாரங்கள் தங்கி ஹஸ்ரத் ஆஸாத் ரஸூல் அவர்கள் செய்த முயற்சியால் இப்பாதை அங்கெல்லாம் பரவத்தொடங்கியது.

அந்த முயற்சியில் சயீத்கான் அவர்களும் கலந்துகொள்ள வேண்டுமென்று ஆஸாத் ரஸூல் விரும்பினார்கள். அவர்கள் விருப்பத்தை சயீத்கான் பூர்த்தி செய்தார்கள். 1940ல் சயீத்கான் அவர்களும் ஹஸ்ரத் ஹாமித் ஹஸன் அலவி அவர்களின் ஒரு பிரதிநிதியாகிய அப்துர்ரவூஃப் என்பவரும் டெல்லிக்கு வந்தனர். அங்கிருந்த பல ஞானிகளின் அடக்கஸ்தலங்களுக்கும் சென்றனர்.

1955ல் சயீத்கான் அவர்கள் டெல்லிக்கு வந்தார்கள்.அங்கிருந்து சென்னை, ஹைதராபாத், பெங்களூரு, மும்பை, ஜெய்பூர், அஜ்மீர் போன்ற பெருநகரங்களுக்கு அவர்கள் சென்றார்கள். இப்படிச் செய்வது ஒவ்வொரு ஆண்டும் பழக்கமாகியது. சுருக்கமாகச் சொல்வதானால் ஹஸ்ரத் சயீத்கான் அவர்களின் முழுவாழ்வும் இத்தகைய சேவைகளுக்கே என்றானது. தன் இறுதி மூச்சுவரை அவர்கள் இச்சேவையைச் செய்து கொண்டிருந்தார்கள். தனக்கான உடல்ரீதியான வசதிகளைப் பற்றியோ, உடல் நலத்தைப் பற்றியோ அவர்கள் என்றுமே கவலைப்பட்டதில்லை.

அடிக்கடி அவர்களுக்கு உடல்நிலை சரியில்லாமல் போனது. ஆனால் அப்போதும் யாராவது ஒருவர் வந்து ஏதாவது சந்தேகம் கேட்டால் உடனே மணிக்கணக்கில் அவரோடு உரையாடி, அவருக்கு ஒரு தெளிவை ஏற்படுத்துவதில் அவர்களுக்கு என்றுமே களைப்பு ஏற்பட்டதில்லை. அலட்சியப்படுத்தி விட்டேன் என்ற குற்றச்சாட்டுக்கு நான் உள்ளாகிவிடக்கூடாது என்று அவர்கள் கூறினார்கள். தன் குருவான ஹஸ்ரத் ஹாமித் ஹஸன் அலவி கொடுத்த எல்லாப் பொறுப்புகளையும் தன்னால்

நிறைவேற்ற முடியவில்லை. தீர்ப்புநாளில் இதற்கு நான் என்ன பதில் சொல்லப்போகிறேன் என்று தெரியவில்லை என்று கூறினார்கள்!

அந்தக்காலத்தில் ஞானிகள் தனிமையை நாடிச்சென்று கடுமையான பயிற்சிகளில் பல ஆண்டுகள் ஈடுபட்டார்கள். அவற்றின் மூலமாக தங்கள் நோக்கத்தை நிறைவேற்றிக் கொண்டார்கள். ஆனால் சயீத்கான் அவர்களைப்போல சமுதாயத்தில் வாழ்ந்துகொண்டே அக்காரியத்தைச் செய்வது நிச்சயமாக சாதாரண சாதனையல்ல என்று ஆஸாத் ரஸூல் கூறினார்கள். தன் இறுதிக்காலத்தை சயீத்கான் எப்படிக் கழித்தார்கள் என்பதை ஏற்கனவே கூறியுள்ளோம்.

முன்னறிவிப்பும் இறப்பும்

இந்த உலகைவிட்டுப் பிரியும் காலம் வந்துவிட்டதை சயீத்கான் உணர்ந்துகொண்டார்கள். அவ்வப்போது அதைப்பற்றிய குறிப்புகளையும் கொடுக்கத்தான் செய்தார்கள். ஆனால் பல சீடர்களுக்கு அது புரியவில்லை. சயீத்கான் காலமாவதற்கு ஆறு மாதங்களுக்கு முன்னால் ஹஸ்ரத் ஆஸாத் ரஸூல் அவர்களைப் பார்க்கச் சென்றபோது, அவர்கள் ரொம்பவும் பலவீனமாக இருந்தார்கள்.

திருமறை முழுவதையும் சயீத்கான் ஓதவேண்டும் என்றும், அதைப் பதிவுசெய்யவேண்டுமென்றும் சீடர்கள் விருப்பம் தெரிவித்தார்கள். பதினாறு பாகங்கள் முழுமையாக ஓதப்பட்டன. பதிவு செய்ய இருந்தவர் நேரத்துக்கு வந்து விட்டார். ஆனாலும் சயீத்கான் அவர்களால் கொஞ்சநேரம்தான் ஓதமுடிந்தது. தொடர்ந்து ஓதுவது தனக்கு மிகவும் கடினமாக இருப்பதாகத் தெரிவித்தார்கள். எனவே முழுக்குர்'ஆனையும் அவர்கள் குரலில் பதிவு செய்ய முடியவேயில்லை.

சயீத்கான் அவர்களுக்கு பசி போய்விட்டதுபோல இருந்தது. வந்திருப்பவர்களுக்காக ஒரு சில வாய்கள் மட்டும் சாப்பிட்டார்கள். ஹஸ்ரத் ஆஸாத் ரஸூல் கிளம்பியபோது, 'இறைவன் நமக்கு இன்னும் ஒருமுறை சந்திக்கும் வாய்ப்பைத்தரட்டும்' என்று கூறினார்கள். ஆனால் அவர்கள் ஏன் அப்படிச் சொன்னார்கள் என்று ஹஸ்ரத் ஆஸாத் ரஸூலுக்கு அப்போது புரியவில்லை. இன்னும் ஒருமுறை சந்திக்கும் வாய்ப்பு ஏற்படாது என்பதைத்தான் அவர்கள் அப்படி உணர்த்தினார்கள்.

சயீத்கான் அவர்களின் மகன் அஸீமுத்தீன் மியான் போய் வருகிறேன் என்று சொல்லிக் கிளம்பியபோது, சயீத்கான் அவர்கள் தன் முகத்தை வேறு பக்கமாகத் திருப்பிக் கொண்டார்கள். தந்தைக்குத் தன்மீது ஏதோ வருத்தம்போல என்று அஸீமுத்தீன் மியான் நினைத்தார். ஆனால் தன் மகனை மீண்டும் சந்திக்கும் வாய்ப்பு தனக்குக் கிடைக்காது என்று உணர்ந்துகொண்ட சயீத்கான் அவர்கள், தன் உணர்ச்சிகளைக் கட்டுப்படுத்துப் பொருட்டே அப்படித் திரும்பிக்கொண்டார்கள்.

சில மாதங்களாக பயணம் எதுவும் செல்லவில்லையே ஏன் என்று ஒரு நண்பர் சயீத்கான் அவர்களைக் கேட்டபோது, 'இந்த முறை நான் ஒரு நீண்ட பயணத்துக்குத் தயாராகிக்கொண்டு இருக்கிறேன்' என்று கூறினார்கள். கேட்டவருக்கு ஒன்றும் புரியவில்லை. இறுதி அழைப்பு தனக்கு வந்துவிட்டது, தான் இன்னும் ஒருசில நாட்களே இந்த உலகில் இருப்பேன், ஆன்மா இறைவனோடு இணையும் காலம் கனிந்துவிட்டது என்பதையே அவர்கள் அப்படி உணர்த்தினார்கள். ஆனால் உடல் நலக்குறைவாக இருந்தார்கள் என்பதைத்தவிர அப்படி ஏதும் நடக்கப்போகிறது என்பதற்காக எந்த அறிகுறியும் அப்போது தென்படவில்லை.

இவ்வுலகை விட்டுப் பிரிவதற்கு ஒருநாளைக்கு முன்பாக, சிலரை ஆன்மிக மாணவர்களாக ஏற்றுக்கொண்டார்கள். அவர்கள் என்னவெல்லாம் செய்யவேண்டும் என்று மாலைத் தொழுகைக்காண நேரம்வரை விளக்கிச் சொல்லிக் கொண்டிருந்தார்கள்.

காலையில் எழுந்தபோது நன்றாகத்தான் இருந்தார்கள். தினசரிக்கடமைகளை முடித்தபிறகு சாய்ந்துகொண்டு இப்படிக் கூறினார்கள்: 'இறப்பு என்பது இறைவனிடமிருந்து நமக்கு வரும் ஓர் அன்பளிப்பாகும். வல்லோனை சந்திக்கக் கிடைக்கும் ஒரு வாய்ப்பாகும்'. பின்னர் தன் பேரன் அஸ்ரார் மியானோடு கொஞ்சநேரம் பேசிக்கொண்டிருந்தார்கள்.

1976ம் ஆண்டு ஜனவரி மாதம் 30ம் தேதி காலையில் பத்து மணி வாக்கில் அவர்களது நிலை கொஞ்சம் மோசமாகத்தொடங்கியது. அன்று வெள்ளிக்கிழமை. ஜும்'ஆத் தொழுகைக்கான அழைப்பொலி கேட்டபோது அவர்களது உயிர் பிரிந்திருந்தது.

பேரர் அஸ்ரார் மியானுக்கு அது கொஞ்சம் அதிர்ச்சியைக் கொடுத்தது. ஆனாலும் அவர் சுதாரித்துக்கொண்டு உறவினர்

களுக்குச் சொல்லியனுப்பினார். பல ஊர்களுக்கும் டெலிகிராம்கள் அனுப்பப்பட்டன. அலிகரில் இருந்த அவர்களது மூத்த மகன் ஆதம்கருக்கு விரைந்து வந்தார். அவர்தான் இறந்தவர்களுக்கான தொழுகையை தலைமை யேற்று நடத்தினார்.

'வீட்டில் ஒரு தொலைபேசி இருக்கவேண்டும் என்று அப்பா சொல்லிக்கொண்டே இருந்தார்கள். கடைசியில் அதுவும் வைக்கப்பட்டது. அது அவர்கள் இறந்த செய்தி உரிய நேரத்துக்கு எனக்கு அறிவிக்கப்படவேண்டும் என்பதற்காக என்று எனக்கு அப்போது தெரியவில்லை' என்று மூத்தமகன் கூறினார்.

சயீத்கான் அவர்களின் நண்பர்களும் சொந்தக்காரர்களும் அதிர்ச்சியும் வேதனையும் அடைந்தார்கள். செய்தி தெரிவிக்கப் பட்டபின் முழு ஆதம்கரும் அங்கே இருந்தது என்று சொல்ல வேண்டும். அழாத ஒருவர்கூட அங்கே இல்லை. இப்படி எல்லோரையும் துயரத்தில் ஆழ்த்திவிட்டுத் திரும்பிவராத ஒரு பயணத்தை சயீத்கான் மேற்கொண்டுவிட்டார்கள்.

எதையும் தாங்கும் இதயம் கொண்டவர்போல சயீத்கானின் மூத்தமகன் அஸீதுத்தீன் மியான் அந்த நேரத்திலும் மிகுந்த மன உறுதியுடன் செயல்பட்டார். செய்யவேண்டிய பணிகளை யெல்லாம் செவ்வனே செய்தார். மற்றவர்களும் தங்கள் துக்கத்திலிருந்து மீள அது ஏதுவாக இருந்தது. ஆதம்கரிலிருந்து மங்கராவான் என்ற பகுதிக்கு உடல் எடுத்துச்செல்லப்பட்டது. அங்கே நள்ளிரவில் சயீத்கான் அவர்களின் புனித உடல் அடக்கம் செய்யப்பட்டது.

ஹஸ்ரத் ஆஸாத் ரஸூல் தன் குருநாதர் இறப்பதற்குக் கொஞ்சநாள் முன்னதாக அவர்களுடன் ஆதம்கர் பகுதியிலிருந்து மங்கராவான் பகுதிக்குச் சென்றார்கள். ஒரு நாள் காலை உணவுக்குப் பின்னர் நாம் பண்ணைப் பகுதிக்குச் செல்லலாம் என்று சயீத்கான் கூறினார்கள். பின்னர் சாலையைக் கடந்து ஒரு இடத்தில் போய் அமர்ந்தார்கள். மிகச்சரியாக அந்த இடத்தில் தான் அவர்கள் அடக்கம் செய்யப்பட்டார்கள்.

அவர்களுடன் வேறு சிலரும் இருந்தனர். அப்போது இவ்வுலகில் நிச்சயத்தன்மை பற்றிப் பேசினார்கள். அவர்கள் ஏன் அப்படிப் பேசினார்கள் என்பது அவர்கள் இறந்த பிறகுதான் புரிந்தது. வீட்டுக்குத் திரும்புவதற்கு முன் அந்த இடத்தில் அவர்கள் அனைவரும் வெகுநேரம் அமர்ந்திருந்தனர். ஆனால்

அப்போது அந்த இடத்தில் முக்கியத்துவம் யாருக்கும் தெரியவில்லை. தான் இறுதியாக நிரந்தர ஓய்வெடுக்கப்போகும் இடம் அது என்று தெரிந்துதான் சயீத்கான் அவர்கள் அந்த இடத்தில் அமந்தார்கள் என்று ஹஸ்ரத் ஆஸாத் ரஸூலுக்குப் பின்னர்தான் புரிந்தது.

தன் சீடரான அல் இஸ்ஃபிசாரி என்பவரிடம் 'நான் இறந்த பிறகு என்னை அடக்கம் செய்யப்பட்ட இடத்தில் வடக்கின் காற்று ரோஜாக்களை வீசிக்கொண்டிருக்கும்' என்று கவி உமர்கய்யாம் கூறினார். அவருடைய அந்த தீர்க்க தரிசனம் உண்மையாகிப் போனது. நிஷாபூரிலிருந்து மெர்வ் நகருக்குப் போகும் வழியில் ஒரு தோட்டத்தில் அமைந்துள்ள அவரது கல்லறையின்மீது எப்போதும் பீச் மரங்களும் பேரிக்காய் மரங்களும் பூக்களைச் சொரிந்த வண்ணமுள்ளன. அவர் 'ரோஜா' என்று சொன்னதை நாம் மலரின் குறியீடாக எடுத்துக்கொள்ளலாம்.

ஒரு சூஃபிக்கவிஞராலேயே தன் மண்ணறை மேலே மலர்கள் தூவப்பட்டுக்கொண்டே இருக்கும் என்று முன்னறிவிப்பு செய்யமுடியுமென்றால் ஒரு சூஃபி இறைநேசர் தான் அடக்கம் செய்யப்பட இருக்கும் இடத்தைக் குறிப்பால் உணர்த்தியது ஒன்றும் ஆச்சரியமானதல்ல.

ஹஸ்ரத் சயீத்கானின் பழக்க வழக்கங்கள்

ஹஸ்ரத் சயீத்கான் மிகவும் எளிமையான பழக்கவழக்கங்கள் கொண்டவர்கள். பைஜாமா அல்லது லுங்கி கட்டிக் கொண்டிருப்பார்கள். ஒரு சின்ன தொப்பி தலையில் இருக்கும். பள்ளிக்கூடத்துக்குப் பாடம் நடத்தச் செல்லும்போது ஷேர்வானி போட்டுக்கொள்வார்கள். அதன் நிறத்துக்கு ஏற்றமாதிரி தலையில் ஒரு தொப்பி. அவர்களைப் பார்க்கும் யாராலும் அவர்களது ஆன்மிக அந்தஸ்தைப் புரிந்துகொள்ள முடியாது. மக்கள் அவர்களை மௌலவி சாஹிப் என்றுதான் அழைத்தார்கள். சில நேரங்களில் ஹஸ்ரத் ஆஸாத் ரஸூல் அவர்கள் அணிந்திருக்கும் ஆடையைப் பார்த்து அவர்கள்தான் சயீத்கான் என்று நினைத்து பலர் அவர்களிடம் வந்ததுண்டு.

காலை உணவு தயாராகவில்லையெனில் இரவு உணவில் மீதியிருந்ததை காலை உணவாக எடுத்துக்கொள்வார்கள். பள்ளிக்கூடத்துக்கு நேரத்துக்குச் செல்லவேண்டும் என்பதே அவர்களது பிரதான கவலையாக இருக்கும். உணவு பற்றி அவர்கள் எப்போதுமே அலட்டிக்கொண்டதில்லை. உணவைப்

பற்றிக் கவலைப்படுபவர் சூஃபியாகவும் இருக்க முடியாதல்லவா?! தனது நண்பர் அபுல்ஹஸன் பள்ளித்தலைமை ஆசிரியராக இருந்த காலகட்டத்தில் உரிய நேரத்துக்கு முன்னரே சென்றுவிடுவார்கள். முதல்வர் நண்பர்தானே என்று பலர் செய்வதைப்போலக் காலதாமதமாகச் சென்றதே இல்லை.

தனது உயர்வான ஆன்மிக நிலை பற்றி யாரிடமும் சயீத்கான் அவர்கள் பிரஸ்தாபித்துப் பேசியதே இல்லை. தன்னை மற்ற மனிதர்களிடமிருந்து வேறுபடுத்திப் பார்த்ததே இல்லை. ஒருமுறை உ.பி.யில் மந்திரியாக இருந்த முஸஃப்பர் ஹுசைன் என்பவர் சயீத்கான் பணி புரிந்த பள்ளிக்கு விஜயம் செய்தார். அவரோடு கொஞ்சநேரம் இருந்துவிட்டு சயீத்கான் அவர்கள் பள்ளிப்பணியைக் கவனிக்கச் சென்றுவிட்டார்கள். இவ்வளவுக்கும் முஸஃப்பர் ஹுசைன் சயீத்கானின் சீடர்களில் ஒருவர்!

ரயிலில் பயணம் செய்தபோதெல்லாம் கீழே உள்ள படுக்கையில் தான் படுத்தார்கள். ஹஸ்ரத் ஆஸாத் ரஸூல் எவ்வளவு கேட்டுக்கொண்டாலும் மேலே உள்ள 'பர்த்'துக்குப் போனதே இல்லை. சூஃபி சித்தீக் என்று அஹ்மதாபாத்தில் சயீத்கான் அவர்களுக்கு ஒரு சீடர் இருந்தார். அவரால் சயீத்கான் அவர்கள் இருந்த மேல்மாடிக்குச் செல்வதில் உடல்ரீதியான பிரச்சனைகள் இருந்தன. எனவே அவர் பார்க்க வந்தால் மட்டும் சயீத்கான் அவர்கள் மேலிருந்து கீழே இறங்கிவந்து அவரைப் பார்ப்பார்கள்.

என்னவிதமான ஒழுக்கமும் கட்டுப்பாடும் சயீத்கான் அவர்களின் வாழ்வில் இருந்தது என்பதை முற்றிலுமாகச் சொல்லிவிட முடியாது. பள்ளிக்கூடப் பணிகள், வீட்டுக்குச் செய்யவேண்டிய கடமைகள், ஒரு ஆன்மிக குருவாகச் செய்யவேண்டிய பணிகள் என்று எதிலுமே அவர்கள் குறை வைத்ததில்லை.

'மௌலவி சாஹிப், உங்களைப்பார்க்க நிறைய விருந்தினர்கள் வருகிறார்கள். கொஞ்சம் இடத்தை வாங்கி அதில் நீங்கள் ஒரு வீடுகட்டிக்கொள்ளவேண்டும்' என்று ஹஸ்ரத் ஹாமித் ஹஸன் ஒருமுறை சொன்னார்கள். மௌனமாக சயீத்கான் அதைக் கேட்டுக்கொண்டார்கள். பதில் ஏதும் சொல்லவில்லை. இவ்வுலக விஷயங்கள் எதுவும் தன் கவனத்தை ஈர்ப்பதில் அவர்களுக்கு இஷ்டம் இருந்ததில்லை.

யார் வந்தாலும் புன்னகையுடன் வரவேற்று அவர்களின் அச்சத்தைப் போக்குவார்கள். இவ்வளவு நேரம் தன்னால் பயிற்சிகளைச் செய்யமுடியாது என்று சீடர்கள் சொன்னால், முடிந்தவரை செய்யுங்கள், காலப்போக்கில் எல்லாம் சரியாக வந்துவிடும்' என்று சொல்லி உற்சாகப்படுத்துவார்கள்.

ஒரு ஆண்டு கழித்து வரும் சீடர் தன்னால் பயிற்சிகளுக்கு உரிய நேரம் ஒதுக்கமுடியவில்லை என்று சொன்னாலும் காலப்போக்கில் எல்லாம் சரியாகிவிடும் என்ற நம்பிக்கையில் அடுத்தடுத்த பயிற்சிகளைக் கொடுத்தார்கள். தன் சீடர்கள் அனைவரும் ஏதாவது ஒரு வேலையில் இருக்கவேண்டும், பணப்பிரச்சனை ஆன்மிக முயற்சிகளுக்குத் தடையாக இருந்துவிடக்கூடாது என்று கூறினார்கள்.

யாராவது தாயத்து கேட்டால், ‘ஷெய்கு சய்யித் அப்துல் பாரி ஷாஹ் அவர்களின் பாதையைப் பின்பற்றுங்கள். ஒரு பார்வை போதும். தாயத்துகளெல்லாம் தேவையில்லை' என்று கூறினார்கள்.

ஒருமுறை அஹ்மதாபாத்தில் ஆன்மிக விஷயங்களைப்பற்றிப் பேசிக்கொண்டிருந்தார்கள். இரவு வெகுநேரமாகிவிட்டது. ‘போதும் போதும், மற்றவர்களும் கேட்க வாய்ப்புக் கொடுங்கள்' என்று சொன்னார்கள். அவர்கள் சொன்னது கேட்ட யாருக்கும் புரியவில்லை. மனிதரல்லாத ஜின் வர்க்கத்தினரையே அவர்கள் ‘மற்றவர்கள்' என்று குறிப்பிட்டார்கள் என்பது பலருக்குப் புரியவில்லை.

யோகிக்குப் பயிற்சி

சயீத்கான் அவர்கள் ஆன்மிகப்பயிற்சிகள் கொடுக்கும்போது அதைப்பெறுபவர் முஸ்லிமா வேறு மதத்தவரா என்று பார்த்ததே இல்லை. ஒருமுறை ஒரு யோகி வந்து அவர்களிடம் பயிற்சி கேட்டார். தனது இதயத்தைத் திறக்கும் தகுதிகொண்ட ஒரு சூஃபியைப் பார்க்கவேண்டுமென்று அவர் பல ஆண்டுகளாகத் தேடிக்கொண்டிருந்தார். கடைசியில் சயீத்கான் அவர்களைப் பற்றிக் கேள்விப்பட்டு அவர்களிடம் வந்தார்.

அது ஒரு மாலை நேரம். வழக்கம்போல சயீத்கான் அவர்கள் ஜும்'ஆ மசூதியின் ஒரு பகுதியில் தன் சீடர்களுடன் அமர்ந்திருந்தார்கள். அந்த யோகியோடு கொஞ்சநேரம் பேசிய பிறகு, அவரது உள்நோக்கத்தின் நம்பகத்தன்மையைப்

புரிந்துகொண்ட அவர்கள், அந்த யோகியின் இதயத்தில் ஒரு ஆன்மிகப்பரிமாற்றம் நிகழ உதவினார்கள். கொஞ்ச நேரத்துக்கெல்லாம் தன் இதயம் என்றுமில்லாத முறையில் விழித்துக்கொள்வதை அந்த யோகி உணர்ந்தார். உடனே எழுந்து ஆனந்தக்கூத்தாடினார். 'இப்போது நான் உங்களைவிட்டுச் செல்கிறேன். ஆனால் நாம் விரைவில் மீண்டும் சந்திப்போம்' என்று சொல்லிச் சென்றார்.

இறையுதிப்பு

யாராவது ஒரு கேள்வி கேட்டால் யோசித்து சயீத்கான் அவர்கள் பதில் சொன்னதில்லை. எப்போதுமே 'இல்ஹாம்' எனப்படும் இறையுதிப்பு மூலமே பதில்களைச் சொன்னார்கள். சமயங்களில் அப்படிப்பட்ட உதிப்புகள் கிடைக்காவிட்டால் பதில் மிகவும் சுருக்கமாகவும் அவர்களுக்குத் திருப்தி இல்லாமலும் இருக்கும். பின்னர் மீண்டும் இறையுதிப்பு கிடைக்கும்போது ஹஸ்ரத் ஆஸாத் ரஸூலை அழைத்து அக்கேள்விக்கான முழு விளக்கத்தையும் கூறுவார்கள்.

அவர்கள் சொல்லும் பதில்களை சில தடவைகள் எழுதி வைத்துக்கொள்ள ஹஸ்ரத் ஆஸாத் ரஸூல் முயன்றார்கள். ஆனால் முடியவில்லை. அது தன் ஞானாசிரியருக்குத் தொந்தரவாக இருந்தது என்பதைப் புரிந்துகொண்டு அம்முயற்சியைக் கைவிட்டுவிட்டார்கள்.

ஆனால் கூட்டம் சென்ற பிறகு, முடிந்தவரை தன் நினைவிலிருந்து எழுதி வைத்துக் கொண்டார்கள். இது ஹஸ்ரத் சயீத்கானுக்கும் தெரியும். சில சமயங்களில் அவர்களே, 'என்ன எழுதி வைத்துள்ளாய்? சொல்லு பார்க்கலாம்' என்று கேட்பார்கள். சொன்னதில் ஏதாவது பிழையிருந்தால் அதைத் திருத்துவார்கள். அதேபோல, தனக்கு சந்தேகமாக இருப்ப வற்றையும் தன் ஞானாசிரியரிடமே கேட்டுத்தெளிவு பெற்ற பிறகு அதை ஹஸ்ரத் ஆஸாத் ரஸூல் எழுதி வைத்தார்கள்.

ஒருமுறை டெல்லியில் ஹஸ்ரத் ஆஸாத் ரஸூல் அவர்களின் வீட்டில் இருந்தபோது கூடியிருந்தவர்கள் கேட்ட கேள்விகளுக் கெல்லாம் பதில்களை இறையுதிப்பு மூலம் விளக்கமாகச் சொல்லிக்கொண்டிருந்தார்கள். சயீத்கான் அவர்கள் சொன்ன பதில்களெல்லாம் அல்லாமா ஹகீம் முஹம்மது ஷரீஃப் என்பவர் எழுதிய 'ரமூஸெ ஹிக்மத்' (ஞானத்தின் அடையாளங்கள்) என்ற புத்தகத்திலிருந்து கொடுக்கப்பட்டதாக ஹஸ்ரத் ஆஸாத்

ரஸூலுக்குப்பட்டது. அதுபற்றி சயீத்கான் அவர்களிடம் கேட்டபோது, தான் அப்படி ஒரு புத்தகத்தைப் பார்த்ததே இல்லை என்று பதில் சொன்னார்கள்!

ஆழ்ந்த கவனிப்பு

சயீத்கான் அவர்களின் ஆழமான கவனிப்பிலிருந்து சீடர்கள் தப்பிக்கவே முடியாது. ஆனால் மேலோட்டமாகப் பார்ப்பதற்கு அவர்கள் சாய்ந்துகொண்டு எங்கோ பார்த்துக்கொண்டிருப்பதாகத் தோன்றும். ஆனால் நடக்கும் எல்லாமே அவர்களுக்குத் தெரிந்திருந்தது.

'நீங்கள் ஒவ்வொருவரும் எத்தனை கவளம் உணவு உண்டீர்கள் என்பதுகூட எனக்குத் தெரியும்' என்று ஒருநாள் அவர்கள் கூறினார்கள்.

இந்த நிகழ்ச்சி பற்றி அறிந்தபோது எனக்கு வேறொரு நிகழ்ச்சி நினைவுக்கு வந்தது. ஒருநாள் எங்கள் ஞானாசிரியர் ஹஸ்ரத் மாமா அவர்கள் வழக்கம்போல சாய்வு நாற்காலியில் அமர்ந்து எங்களைப் பார்த்துப் பேசிக்கொண்டிருந்தார்கள். அவர்களுக்குப் பின்னால் கொஞ்ச தூரத்தில் கண்ணாடிக்கதவு இருந்தது. அதன் பின்னால் வீட்டுப்பெண்கள் இருந்தனர்.

ஒருகட்டத்தில் ஒரு சீடரை அழைத்து தனக்குப்பின்னால் உள்ள கதவருகில் வைக்கப்பட்ட ஒரு பொருளை எடுத்து வரச்சொன்னார்கள். நாங்களெல்லாம் பார்த்துக்கொண்டிருந் தோம். ஆனால் ஹஸ்ரத் மாமா அவர்கள் எங்களைத்தான் பார்த்துக்கொண்டிருந்தார்கள். வழக்கம்போல சிகரட் புகைத்தபடி.

பின்னால் சென்ற அந்த சீடர் அந்தப் பொருளை எடுத்துவிட்டு கண்ணாடிக்கதவைக் கொஞ்சம் தள்ளி உள்ளே ஒருசில வினாடிகள் பார்த்தார். பின் அப்பொருளை எடுத்துக்கொண்டு வந்து ஹஸ்ரத் மாமாவிடம் கொடுத்தார். அதை வாங்கிக் கொண்ட ஹஸ்ரத் மாமா, 'ஏன் கண்ணாடிக்கதவுக்குப் பின்னால் பார்த்தீர்கள்?' என்று கேட்டார்கள்! அவருக்கு வியர்த்துவிட்டது. எல்லா ஞானிகளும் ஒரே ஜாதிதான் போலும்!

5

நிகழ்த்திய அற்புதங்கள்

அற்புதங்கள் நிகழ்த்துவது எல்லா ஞானிகளுக்கும் பொதுவான குணமாகும். அப்படிச் செய்யும்போது அதற்கான அவர்கள் என்றுமே பெருமைப்பட்டுக்கொண்டதில்லை. அதை ஒரு பொருட்டாகக்கூட மதித்ததில்லை.

அஜ்மீர் ஞானி க்வாஜா மூயீனுத்தீன் சிஷ்தி அவர்கள் ஒருமுறை கொலைசெய்யப்பட்ட ஒருவரின்மீது தன் அருள்பாலிக்கப்பட்ட கையை வைத்து, 'நீ அநியாயமாகக் கொல்லப்பட்டிருந்தால், அல்லாஹ் உன்னை உயிர்த்து எழச்செய்யட்டும்' என்று கூறினார்கள். உடனே கொல்லப்பட்ட அவர் உயிர் பெற்று எழுந்தார். அப்போது க்வாஜா அவர்கள் 'ஒரு ஞானி எந்த அளவுக்கு இறைவனிடம் நெருக்கமான உறவு வைத்துக்கொள்ளவேண்டும் என்றால், அவர் ஒன்றைக்கேட்டுவிட்டால், அது எதுவானாலும் இறைவன் உடனே அதைக்கொடுக்கவேண்டும். இப்படிப்பட்ட நெருக்கமான நிலையை அடையாத ஒருவர் தன்னை வலீ (இறைநேசர்) என்று சொல்லமுடியாது' என்று கூறினார்கள்!

அற்புதம் நிகழ்த்தும் ஆற்றலை யார் மதிக்கிறாரோ, பெரிதாக நினைக்கிறாரோ அவர் நிச்சயமாக இறைநேசராக, ஞானியாக, வலீயாக இருக்க முடியாது என்பது க்வாஜா அவர்கள் சொன்னதன் உட்குறிப்பாகும். அந்த வகையில் சயீத்கான்

அவர்களின் வாழ்விலும் ஏகப்பட்ட சின்ன, பெரிய அற்புதங்கள் நிகழ்ந்துள்ளன. ஆனால் அவற்றை அவர்கள் பெரிதாக நினைத்ததில்லை. ஏன், சின்னதாகக்கூட நினைத்ததில்லை. அந்த வகையில் அவர்கள் வாழ்வில் நடந்த சில நிகழ்வுகளை இப்போது பார்க்கலாம்.

மற்ற ஞானிகளுக்கு எதெல்லாம் பரவசநிலையில் தெரிகிறதோ அதெல்லாம் சயீத்கான் அவர்களுக்கு விழிப்புணர்வுடன் இருக்கும் சாதாரண நிலையிலேயே தெரிந்தது. இது அவர்களது மிக உயர்ந்த ஆன்மிக நிலையின் குறிப்பாகும். ஆனால் அப்படிப்பட்ட எதற்குமே அவர்கள் எந்த முக்கியத்துவமும் கொடுத்ததில்லை. ஆனால் தனது ஆன்மிக அந்தஸ்து பற்றிய குறிப்புகளை அவ்வப்போது கொடுத்துத்தான் உள்ளார்கள். 'களிமண்ணைப் பார்த்துப் பேசு என்று நான் சொன்னால், அது பேசும்' என்று ஒருமுறை சொல்லியிருக்கிறார்கள்.

ஷிப்லி பள்ளியில் நடந்தது என்ன

ஷிப்லி பள்ளிக்கூடத்தில் சயீத்கான் அவர்கள் ஆசிரியராகப் பணியாற்றிய காலத்தில் திடீரென்று அந்த ஆண்டின் பாதியில் பரிந்துரை செய்யப்பட்டிருந்த புத்தகம் எந்த அறிவிப்பும் இன்றி மாற்றப்பட்டது. இது சயீத்கான் அவர்களுக்கு தெரிவிக்கப்படவில்லை. எனவே அவர்கள் பழைய பாடத்திட்டத்தின்படியே மாணவர்களுக்கு சொல்லிக்கொடுத்தார்கள்.

இறுதித்தேர்வுக்குச் சில நாட்களுக்கு முன் பாடத்திட்டத்தில் செய்யப்பட்ட அந்த மாற்றம் பற்றித் தெரியவந்தபோது சயீத்கான் அவர்களுக்கும் பள்ளித்தலைமை ஆசிரியருக்கும் பகீர் என்றானது. ஆனாலும் அமைதியாகவும் கவலைப்படாமல் இருக்கும்படியும் சயீத்கான் தன் மாணவர்களிடம் கூறினார்கள். தேர்வு நடப்பதற்கு இரண்டு நாட்களுக்கு முன்பு சில கேள்விகளையும் அதற்கான பதில்களையும் படித்துக்கொள்ளும்படி மாணவர்களுக்குக் குறித்துக் கொடுத்தார்கள். தேர்வன்று அவர்கள் குறித்துக்கொடுத்திருந்த எல்லாக் கேள்விகளும் வந்திருந்தன! சயீத்கான் அவர்களின் மாணவர்கள் அனைவரும் மகிழ்ச்சியாக தேர்வெழுதி வெற்றி பெற்றனர்!

மருமகன் விட்ட சவால்

ஒருமுறை தன் மருமகன் இஃப்திகார் மியானிடம் சயீத்கான் இப்படிச் சொன்னார்கள்: 'நான் யாரை சந்திக்க

விரும்புகிறேனோ அவர்கள் மட்டுமே என் வீட்டுக்கு வருவார்கள். நான் யாரையாவது சந்திக்க விரும்பவில்லை யெனில் அவர்களால் என் வீட்டுக்கு வரமுடியாது'.

இப்படிச் சொன்னதும், அப்படியெல்லாம் நடப்பது சாத்தியமே இல்லை என்று மருமகன் சொன்னார். 'நீங்கள் விரும்பாவிட்டாலும் என்னால் உங்கள் வீட்டுக்கு வரமுடியும்' என்று சவாலாகச் சொன்னார்.

ஆனால் அதன்பிறகு மூன்று மாதங்களாக மருமகனால் சயீத்கான் அவர்களின் வீட்டுக்கு வரமுடியாமல் போனது. அவர்கள் விரும்பிய பிறகுதான் அவரால் வரமுடிந்தது! அன்று மிகுந்த மனவருத்தத்தோடும் தோல்வியுணர்வோடும் இஃப்திகார் மியான் உள்ளே வந்தார்!

மூத்த மகனின் இறப்பு

சயீத்கான் அவர்களுக்கு மூன்று மகன்களும் இரண்டு மகள்களும் இருந்தனர். அவர்களில் ச'அதுத்தீன் மியான் என்பவரும், ஜஃபருத்தீன் மியான் என்பவரும் இறந்துவிட்டிருந்தனர். அஸதுத்தீன் மியான் என்பவர் அலிகர் முஸ்லிம் பல்கலைக்கழகத்தில் இஸ்லாமிய பாடங்கள் (Islamic Studies) கற்பிக்கும் பேராசிரியராக இருந்தார்.

மூத்தமகனான ச'அதுத்தீன் மியான் ஒரு ரயில் விபத்தில் இறந்துபோனார். அவரது இறப்பு பற்றிய தகவல் தெரிந்தபோது குடும்பமே அதிர்ந்துபோனது. அந்த விபத்து பற்றி தினசரியில் வந்திருந்த ஒரு செய்தியைப் படித்த அஸ்துத்தீன் மியான் உடனே ஆதம்கருக்கு விரைந்தார்.

ச'அதுத்தீன் மியானின் உடல் காவல்நிலையத்தில் வைக்கப் பட்டிருந்தது. அதை ஒருமுறை பார்த்துவிட்டு கீழே இருந்த அறையில் போய் சயீத்கான் உட்கார்ந்துகொண்டார்கள். அவர்களின் நெருங்கிய நண்பராக இருந்த மௌலவி அஸீஸுர் ரஹ்மான், 'என்ன உங்களுக்குக் கல் நெஞ்சா? ஒரு சொட்டுக் கண்ணீர்கூட வரவில்லையே' என்று சயீத்கானைப் பார்த்துக் கேட்டார்.

'மௌலவி சாஹிப், ஒரு சின்ன வளர்ப்புப்பறவையின் இறப்புகூட துன்பப்படுவதற்கான நிகழ்வுதான். இது எனது

மகன், என் இதயத்தின் ஒரு துண்டு…' என்று சொன்னார்கள். தன் மகனின் உடலைப்பார்த்தபோது கடலளவு கண்ணீர் உள்ளுக்குள் பொங்கி வரத்தான் செய்தது. ஆனால் ஒரு துளி கண்ணீர்கூட சிந்தப்படுவதற்கு முன்னால் ஏதோ அமானுஷ்யமானதொரு பேரமைதி தன்னை ஆட்கொண்டது என்று கூறினார்கள்.

ச'அதுத்தீன் மியானின் இறப்புக்காக துக்கம் விசாரிக்க ஹஸ்ரத் ஆஸாத் ரஸூல் சென்றபோது, இப்படித்தான் தன் மகன் இறப்பார் என்று தனக்கு முன்கூட்டியே தெரியும் என்று சயீத்கான் கூறினார்கள்! தான் ஒரு புதிய வியாபாரம் தொடங்குவதற்காக தந்தையிடம் பணம் வாங்கித்தரும்படி தன் தாயாரிடம் மகனார் சொல்லிக்கொண்டிருந்தார். அது பற்றி குடும்பத்தில் நெடுங்காலம் பேச்சுவார்த்தை நடந்துகொண்டிருந்தது.

மகன் இறந்துவிடப்போகிறார் என்று முன்கூட்டியே தெரிந்ததனால் மட்டும் அது அல்லாஹ்வின் விருப்பத்தை மாற்ற உதவிடாது என்று கூறினார்கள். விபத்தில் இறந்துபோக இருந்த அன்று காலை வீட்டில் சிற்றுண்டி சாப்பிட்டுவிட்டு ச'அதுத்தீன் கிளம்பினார். அவருக்குக் கொஞ்சம் பணமும் சயீத்கான் கொடுத்தார்கள். மூன்று மணி நேரம் கழித்து அவர் விபத்தில் இறந்த செய்தி கிடைத்தது.

பீபி ரிஸ்வானா

சயீத்கான் அவர்களின் மகள்களின் பெயர்கள் பீபி ரிஸ்வானா, பீபி இர்ஃபானா. பீபி ரிஸ்வானாவுடன் சயீத்கான் மிகவும் நெருக்கமாக இருந்தார்கள். அவர்களின் மேற்பார்வையில் அந்த மகள் முழுக்குர்'ஆனையும் மனனம் செய்தவராக இருந்தார். அஸ்ரார் மியான் என்ற மகனின் தாயாரும் அவர்தான். திருமணத்திற்குப் பிறகும் அடிக்கடி தந்தையை வந்து பார்த்து சேவைகள் செய்தவண்ணம் இருந்தார். ஆனாலும் அவருக்கு திடீரென்று கான்ஸர் இருப்பது கண்டுபிடிக்கப்பட்டது. அம்மகளுக்காக பிரார்த்தனைகள் செய்யப்பட்டன. முடிந்த அளவு சிறப்பான மருத்துவ உதவிகளும் செய்யப்பட்டன. ஆனாலும் கொஞ்ச காலத்தில் ரிஸ்வானா இறந்துபோனார். ரிஸ்வானாவின் விருப்பப்படியே அஸ்ரார் மியானுக்கு அவர் இருந்தபோதே திருமணம் செய்துவைக்கப்பட்டது.

மகளின் இறப்பால் சயீத்கான் அவர்கள் உடைந்து போயிருந்தாலும், தன் உணர்வுகளை மற்றவர்களிடம்

காட்டிக்கொள்ளவில்லை. மீண்டும் சயீத்கான் அவர்கள் முகத்தில் புன்னகை வர நீண்ட காலமானது.

ரிஸ்வானா இறந்த கொஞ்சகாலம் கழித்து ஹஸ்ரத் ஆஸாத் ரஸூல் தன் குருநாதரை சந்திக்கச் சென்றார்கள். அப்போது ரிஸ்வானாவின் அடக்கஸ்தலத்தில் வைப்பதற்காக பெயர் பொறிக்கப்பட்ட ஒரு கல்லை எடுத்துச் சென்றார்கள். அதைப்பார்த்த சயீத்கான் அக்கல்லை கொஞ்சதூரத்தில் கீழே வைக்கும்படிச் சொல்லிவிட்டு தன்பக்கம் சீடரை அழைத்தார்கள்.

கொஞ்ச நேரம் அமைதியாக இருந்த சயீத்கான், 'சில நாட்களுக்கு முன் ரிஸ்வானா தன் வழக்கம்போல இங்கே நடந்து கொண்டிருந்ததைப் பார்த்தேன். எப்படி இருக்கிறாய் என்றும், எதற்கு வந்தாய் என்றும் கேட்டேன்'.

'எனக்கு ஒரு சிறப்பு வாழ்வு கொடுக்கப்பட்டுள்ளது. அதனால் தான் திரும்பி வந்துள்ளேன். உங்களை கவனித்துக்கொள்ள யாராவது வேண்டுமல்லவா என்றாள்' என்று சொன்னார்கள்!

நோய் நீங்கும் அற்புதம்

உடல்நிலை சரியில்லாத ஒருவர் சயீத்கான் அவர்களைப் பார்க்க வந்தால் உடனே அவர் தன் உடல் உபாதை நீங்கப்பெறுவார். இது மிக உயர்ந்த ஆன்மிக நிலையின் வெளிப்பாடாகும். ஏனெனில் பொதுவாக ஒரு பெரியவரிடமோ அல்லது ஞானி என்று கருதப்பட்ட ஒருவரிடமோ நோய்வாய்ப்பட்ட ஒருவர் சென்றால் தனக்காக, தன் நோய் நீங்கப் பிரார்த்தனை செய்யுமாறு அவரோ அவரது உறவினர்களோ கேட்டுக்கொள்வர். அல்லது அந்த ஞானியே தன் கையை நோயாளிமீது வைத்து ஓதிவிடுவார். ஆனால் எதுவுமே சொல்லப்படாமல், நீருக்குள் இறங்கினால் உடல் தானாகவே நனைந்துவிடும் என்பதைப்போல, சயீத்கான் அருகில் அமர்ந்தாலே நோய் நீங்கிவிடும் என்பது அவர்கள் நிகழ்த்திய அற்புதங்களில் ஒன்று என்றுதான் சொல்லவேண்டும்.

ஒருநாள் காலை கடுமையான நோயால் பாதிக்கப்பட்ட ஒருவர் சயீத்கான் அவர்களைப் பார்க்க அவர்கள் இருந்த பள்ளிவாசலுக்கு வந்தார். வந்து சயீத்கான் அவர்களுக்குத் தன் கையைக்கொடுத்தார். சயீத்கான் அவர்களும் தன் கையைக் கொடுத்தார்கள். இருவரும் கைகுலுக்கிக் கொண்டதும் அந்த நபரின் நோய் நீங்கி அவர் உடனடியாகக் குணமடைந்தார்.

ஆனால் சயீத்கான் அவர்களின் ஆரோக்கியம் அதனால் பாதிக்கப்பட்டது. அவரது நோயை இவர்கள் வாங்கிக்கொண்ட மாதிரி ஆகிவிட்டது. செத்துவிடுவார்களோ என்று எண்ணும் அளவுக்கு உடல்நிலை சரியில்லாமல் போனது. ஆனால் சில நாட்களில் உடல் பழையபடி நலமடைந்துவிட்டது. ஆனாலும் கொஞ்ச நாட்களுக்கு அவர்கள் உடலில் வலியும் வேதனையும் தொடர்ந்து இருக்கத்தான் செய்தது.

தானாகத்திறந்தது கதவு

ஒருமுறை சயீத்கான் அவர்கள் ஒரு சீடரின் வேண்டு கோளுக்கிணங்க பீஹாருக்கு அவர் வீட்டுக்குச் சென்றார்கள். ஆனால் வீட்டிலிருந்தவர்களெல்லாம் ஒரு மாதிரியாக மனமுடைந்த நிலையில் காணப்பட்டார்கள். ஏதோ பிரச்சனை என்று புரிந்தது. என்ன விஷயம் என்று வீட்டின் தலைவரைக் கேட்டபோது அவர் ஒரு அறையைக் காட்டினார். அந்த அறையின் கதவு தானாகவே மூடிக்கொண்டது என்றும், எவ்வளவு முயன்றும் திறக்க முடியவில்லை என்று கூறினார்.

அதைக்கேட்டதும் சயீத்கான் எழுந்து அந்த அறையை நோக்கிச்சென்றார்கள். அவர்கள் சென்றபோது ஒன்றுமே நடக்காததுபோல் அறைக்கதவு தானாகவே திறந்துகொண்டது. உள்ளே சென்ற சயீத்கான், 'நாம் இந்த அறையிலேயே தங்கிக்கொள்வோம்' என்று கூறினார்கள். வீட்டிலிருந்த அனைவரும் மிகவும் சந்தோஷமடைந்தனர். ஏனெனில் எல்லா ஆன்மிகப் பயிற்சிகளும் தியானங்களும் அந்த அறையில்தான் செய்யப்பட்டன. தொடக்கத்தில் யார்யாரோ கூரைமீது நடப்பது மாதிரி சப்தம் வந்துகொண்டிருந்தது. ஆனால் சில நாட்களில் எல்லாம் நின்று அமைதியானது.

குழந்தை நேரானது

ஒருமுறை சயீத்கான் அவர்களுக்கு ஒரு சீடரிடமிருந்து ஒரு கடிதம் வந்தது. அதில் ஒரு பெண்ணுக்கு வயிற்றில் குழந்தை நேராக இல்லாமல் பிரச்சனை ஏற்படுத்தும் விதத்தில் தாறுமாறாக உள்ளது என்று எழுதியிருந்தார். அக்கடிதத்தை சயீத்கான் அவர்கள் கொஞ்சநேரம் கையில் வைத்திருந்துவிட்டுக் கீழே வைத்தார்கள். அடுத்தநாளே குழந்தையில் நிலை

நேராகிவிட்டது என்றும், சுகப்பிரசவம் நடந்தது என்றும் செய்தி வந்தது.

இறந்தவர்களுக்கான பரிந்துரை

ஒருமுறை சயீத்கான் போபால் சென்றிருந்தார்கள். அவர்களுடன் ஹஸ்ரத் ஆஸாத் ரஸூலும் சென்றிருந்தார்கள். சயீத்கான் அவர்கள் தங்கியிருந்த இடத்துக்குச் செல்ல ஒரு இடுகாட்டின் வழியாகச் செல்லவேண்டியிருந்தது. வழியில் குறிப்பிட்ட இடத்தில் கொஞ்ச நேரம் சயீத்கான் நின்றுகொண்டிருந்தார்கள். ஏன் என்று ஹஸ்ரத் ஆஸாத் ரஸூல் கேட்டபோது, 'இறந்து அடக்கம் செய்யப்பட்ட சிலர் தங்களுக்கு என் பரிந்துரை வேண்டும் என்று கேட்டுக்கொண்டனர். நானும் செய்தேன். அதன் பொருட்டு அல்லாஹ் அவர்களுக்குக் கருணை காட்டினான்' என்று கூறினார்கள்!

ஆனால் இவ்வளவும் செய்த சயீத்கான் அவர்கள் அற்புதங்கள் நிகழ்த்தும் ஆற்றலைப்பற்றி என்ன கருத்து வைத்திருந்தார்கள் தெரியுமா? அற்புதங்கள் நிகழ்த்துவதை விரும்புவதானது விரும்பி விஷத்தைக் குடிப்பதற்குச் சமம் என்று சொன்னார்கள்!

அடிக்கடி இது தொடர்பாக சையித் அப்துல் பாரி ஷாஹ் அவர்கள் சொன்னதையும் மேற்கோள் காட்டினார்கள்: 'இறந்த ஒரு மனிதனுக்கு உயிர் கொடுப்பதானது, ஓர் இதயத்துக்கு ஞான ஒளி ஏற்றுவதைவிட பெரிய காரியமல்ல'!

6

குருவுடன் புனிதப்பயணம்

1971-ல் புனிதப்பயணமாக மக்கா மதினாவுக்குச் செல்லும் வழியில் சயீத்கான் அவர்கள் ஈராக்கிலிருந்த பஸரா, நஜஃப், கர்பலா, காஸிமெய்ன், பாக்தாத், சல்மான் பாக் போன்ற நகர்களுக்குச் சென்றார்கள். அந்த நகரங்களெல்லாம் முக்கியமான இறைநேசர்கள், சூஃபிகள், மற்றும் நபித்தோழர்கள் அடக்கமாயிருந்த நகரங்களாகும். 1972-ம் ஆண்டு வாக்கில் ஐந்து முறை அவர்கள் ஹஜ் கடமையை நிறைவேற்றியிருந்தார்கள்.

1949-ல்தான் சயீத்கான் தன் முதல் ஹஜ்ஜை நிறைவேற்றினார்கள். ஹஜ்ஜுக்கு யார்யார் செல்லலாம் என்று குலுக்கல் முறையில் தேர்ந்தெடுக்கும் பெட்டியில் முஹம்மது யாகூப் என்ற அவர்களது நண்பர் ஒருவர் சயீத்கானின் பெயரையும் சேர்த்துப் போட்டிருந்தார்.

அதிலிருந்து எடுத்த பெயர்களில் அவர்களது பெயரும் இருந்தது. அந்த நேரத்தில் ஹஸ்ரத் ஆஸாத் ரஸூலும் சயீத்கானோடு இருந்தார்கள். தன்னுடைய பெயரையும் சேர்க்கும் அவர்களது முயற்சி வெற்றிபெறவில்லை. ஹஜ்ஜுக்குச் செல்வதற்கு முன் சயீத்கான் அவர்கள் மும்பைக்குச் சென்று தன் தந்தையையும் மருமகனையும் பார்த்துவிட்டு வந்தார்கள்.

அது கோடைக்காலமாக இருந்ததால் மக்காவில் வெப்பம் கடுமையாக இருந்தது. ரொம்ப கடினமாக அனுபவமாக அது இருந்தது என்று சயீத்கான் பின்னாளில் அந்த அனுபவம் பற்றிக் கூறினார்கள்.

'ஒரு கட்டத்தில் நான் நினைவிழந்து கொண்டிருந்தேன். ஒரு பேருந்தின் நிழலில் அப்படியே படுத்துவிட்டேன். இவ்வுலகை விட்டுச் செல்லவேண்டிய வேளை வந்துவிட்டது என்று நினைத்தேன். ஆனால் ஆண்டவன் என்மீது கருணை காட்டினான். கொஞ்சநேரம் கழித்து எனக்கு நினைவு திரும்பியது. அதன்பிறகு ஹஜ்ஜின் எல்லாக் கடமைகளையும் முறையாக நிறைவேற்ற முடிந்தது' என்று சயீத்கான் கூறினார்கள்.

1967-ல் மீண்டும் ஹஜ்ஜுக்குச் செல்ல சயீத்கான் விரும்பினார்கள். இந்த முறையாவது தன் குருநாதரோடு ஹஜ்ஜுக்குச் செல்லமுடியவேண்டும் என்று ஆஸாத் ரஸூல் ஆசைப்பட்டார்கள். ஆனால் இம்முறையும் குலுக்கல் பெட்டியில் அவர்களது பெயர் வரவில்லை. ஆனாலும் காமில் கித்வாய் என்ற சகோதரரின் உதவியினால் ஹஸ்ரத் ஆஸாத் ரஸூலுக்கு ஒரு சிறப்பு அனுமதி கிடைத்தது.

மும்பையிலிருந்து அவர்கள் கப்பலில் கிளம்பினார்கள். அல்லாஹ்வின் விருந்தாளிகளாக நாம் நம்மை நினைத்துக் கொள்ளவேண்டும் என்று சயீத்கான் கூறினார்கள். எந்தவிதமான புகாரும் சொல்லக்கூடாது என்று அதற்கு அர்த்தம்! அவர்களோடு சயீத்கான் அவர்களின் மனைவியும், மருமகன் இஸார் பாய், மாலிகானைச் சேர்ந்த இஷாக் சேத் என்பவரும் சென்றனர். நக்ஷபந்தி ஆன்மிகப்பாதையைச் சேர்ந்த சிலரும் இருந்தனர்.

மக்காவில் குருவும் சீடரும் ஜியாத் என்ற பகுதிக்கு அருகில் தங்கியிருந்தார்கள். அந்தப் பகுதி வழியாகவே க'அபாவை அடைந்தார்கள். துருக்கியர்களால் கட்டப்பட்டிருந்த தாழ்வாரத்தில் தொழுதார்கள். அது க'அபாவின் கருப்புக் கல்லுக்கு நேரெதிரே இருந்தது.

பெரும்பாலான நேரத்தை புனித க'அபா இருந்த பகுதியிலேயே அமர்ந்து சயீத்கான் கழித்தார்கள். அதைப்பார்த்துக் கொண்டிருப்பதில் அவர்களுக்குக் களைப்பே ஏற்படவில்லை. ஒரு காதலன் காதலியைப் பார்ப்பதைப்போல அதைப்பார்த்துக் கொண்டிருந்தார்கள்.

இரண்டுவிதமான இறைவணக்கங்கள் உள்ளன. அவைகளை க'அபாவைத்தவிர வேறெங்கும் செய்யமுடியாது என்று சயீத்கான் கூறினார்கள். ஒன்று, க'அபாவைப் பார்ப்பது. இன்னொன்று அதை இடஞ்சுற்றி வருவது. சயீத்கான் அவர்களின் இருப்பின் மூலமாக ஹஜ்ஜுக்கடமையை நிறைவேற்றுவது எங்களுக்கு இலகுவாக இருந்தது என்று ஆஸாத் ரஸூல் கூறினார்கள்.

சகமனிதர்களுக்குச் செய்யவேண்டிய கடமைகளிலிலிருந்து நாம் தவறி இருப்போமெனில், அவற்றுக்காக எவ்விதம் மன்னிப்புக்கேட்கவேண்டும் என்று ஆஸாத் ரஸூல் சயீத்கான் அவர்களிடம் கேட்டார்கள்.

ஹஜ்ஜின்போது முஜ்தலிஃபா என்ற இடத்தில் தங்கியிருக்கும் போது அந்த இரவில் அத்தகையை தவறுகளெல்லாம் மன்னிக்கப்பட்டுவிடுகின்றன என்று சயீத்கான் விளக்கினார்கள். சுத்தமான, ஆரோக்கியமான காற்று வீசும் இடத்தில் நாம் இருக்கும்போது எப்படி நமக்கு ஆரோக்கியம் திரும்புகிறதோ அல்லது பலப்படுகிறதோ அதைப்போல, முஜ்தலிஃபாவில் ஒரு இரவு தங்கும்போது நம் ஆன்மாக்கள் தூய்மைப்படுத்தப் படுகின்றன, நம்முடைய பாவங்களெல்லாம் மரத்திலிருந்து விழும் இலைகளைப்போல விழுந்துவிடுகின்றன, நாம் அன்று பிறந்த குழந்தையைப்போல தூய்மையாகிவிடுகிறோம் என்று சயீத்கான் விளக்கினார்கள். அதேபோல, ஹஜ்ஜின்போது எங்காவது இடம் தெரியாமல் தவறி ஒருவர் வேறெங்காவது போய்விட்டால், கலக்கமடையாமல் அமைதியாக ஓரிடத்தில் அமர்ந்துவிடவேண்டும். பின் மீண்டும் எழும்போது, ஏற்கனவே இருந்த இடத்தை அல்லது கூடாரத்தை அவர் கண்டுகொள்வார் என்றும் கூறினார்கள்.

மதினாவில் நபிகள் நாயகம் அவர்களின் அடக்க இடத்தில், அவர்களின் பாதங்கள் இருந்த இடத்துக்கு நேராக அமர்ந்து குருவும் சீடரும் ஆன்மிகப் பயிற்சிகளைச் செய்தார்கள். அதன்பின் பெருமானாரின் குடும்பத்தினர் அடக்கம் செய்யப்பட்டிருந்த ஜன்னத்துல் பகீ என்ற இடத்துக்கும், இன்னும் பல அடக்கஸ்தலங்களுக்கும் சென்றுவந்தார்கள். அந்த இடங்களில் நபிகளார் மீதும் அவர்கள் குடும்பத்தினர்மீதும் சலவாத் (இறைவனின் அருள் பொழியட்டும் என்ற பிரார்த்தனை வாசகம்) சொல்வது என்று சயீத்கான் கூறினார்கள்.

அதோடு, மதினாவில் இருக்கும்போது ரொம்ப மரியாதையாக நடந்துகொள்ளவேண்டும், ஒரு சின்ன அவமாரியாதையான சொல்லோ, செயலோ கூடாது என்றும் எச்சரித்தார்கள். வாய்ப்பும், வசதியும், ஆரோக்கியமும் இருக்குமானால், மதினாவுக்கு மட்டுமே ஒருமுறையாவது ஒருவர் வந்துபோக வேண்டும் என்றும் சயீத்கான் கூறினார்கள். ஹஜ்ஜை முடித்துத் திரும்பியபோதுகூட மனமில்லாமலே சயீத்கான் திரும்பினார்கள்.

6

முடிவில் தொடக்கம்

ஹஸ்ரத் ஆஸாத் ரஸூல் பிரதிநிதித்துவப்படுத்தும் நக்ஷபந்தி முஜத்திதி ஆன்மிகப்பாதையில் உள்ள மிக முக்கியமான விஷயம் இதுதான். எல்லா ஆன்மிகப்பாதைகளும் எங்கே முடியுமோ அங்கேதான் இந்தப்பாதை துவங்குகிறது! இது இப்பாதையில் உள்ள முரணுண்மையாகும்.

இதயத்தை சுத்தப்படுத்தி, இறைவனோடு நெருக்கத்தை ஏற்படுத்தி, இறைவனின் தன்னை இழக்கச் செய்வதுதான் எல்லா சூஃபிப்பாதைகளின் பொதுவான நோக்கமும் குணாம்சமும் ஆகும். அதற்காகவே அப்பாதைகளில் பயிற்சிகள் கொடுக்கப் படுகின்றன. இதைப்பற்றித் திருமறையிலும் பல இடங்களில் இறைவன் சூசமாகக் கூறியிருக்கிறான். உதாரணமாக

> நிச்சயமாக அல்லாஹ் முஃமின்களுக்கு அருள் புரிந்திருக்கின்றான்; அவன் அவர்களுக்கு அவர்களிலிருந்தே ஒரு தூதரை அனுப்பி வைத்தான்; அவர் அவனுடைய வசனங்களை அவர்களுக்கு ஓதிக்காண்பிக்கிறார்; இன்னும் அவர்களைப் (பாவத்தைவிட்டும்) பரிசுத்தமாக்குகிறார்; மேலும் அவர்களுக்கு வேதத்தையும் ஞானத்தையும் கற்றுக் கொடுக்கின்றார் - அவர்களோ நிச்சயமாக இதற்கு முன் பகிரங்கமான வழி கேட்டிலேயே இருந்தனர்

என்று திருமறை (3:164) கூறுகிறது. இதன்படி இறைத்தூதர்களுக்கு இறைவன் கொடுத்த வேலைகளில் ஒன்று பரிசுத்தப்படுத்துவது. எனவே சூஃபிப்பாதைகள் இந்தப் பரிசுத்தப்படுத்துதலுக்கு மிகுந்த முக்கியத்துவம் கொடுக்கின்றன. ஏனெனில் பரிசுத்தப்படுத்தப்படாத சுயமானது அசுத்தமானதாகவும் தெய்வத்தன்மையை எதிர்ப்பதாகவும் உள்ளது. மனிதனின் சுயமானது உண்மையாகவே தன்னை அழித்துக்கொள்ளாமல் தெய்வீக சட்டத்தின் நோக்கம் நிறைவேறாது. உள்வயமான அமைதி நிலவும்போதுதான் 'ம'அரிஃபா' எனப்படும் தெய்வீக ஞானம் சாத்தியமாகிறது.

பத்து பேரில் எட்டு பேருக்கு உள்ள நம்பிக்கையானது மேலோட்டமானது. ஆழமானதல்ல. அது தேவைக்கும் சூழ்நிலைக்கும் ஏற்ப கூடும் அல்லது குறையும். தான் என்ற அகந்தை முற்றிலுமாக அழிந்த நிலையில் உள்ளவர்களுக்கு மட்டுமே சத்தியம் சாத்தியப்படும்.

"நாங்களும் ஈமான் கொண்டோம்" என்று (நபியே! உம்மிடம்) நாட்டுப் புறத்து அரபிகள் கூறுகிறார்கள், "நீங்கள் ஈமான் கொள்ளவில்லை. எனினும் "நாங்கள் வழிபட்டோம்" (இஸ்லாத்தைத் தழுவினோம்) என்று (வேண்டுமானால்) கூறுங்கள் (என நபியே! அவர்களிடம்) கூறுவீராக

என்று திருமறை (49:14) கூறுவது அதனால்தான். உண்மையான நம்பிக்கை அவர்கள் இதயத்துள் இன்னும் நுழையவில்லை என்று திருமறை கூறுகிறது. அதனால்தான் அப்படிப்பட்ட நம்பிக்கையை இதயத்தில் ஏற்படுத்த சூஃபிகள் பல வழிகளை ஏற்படுத்தி வைத்தனர். ஆசைகள் அரசாட்சி செலுத்த அனுமதி கொடுக்கும்போது இதயம் அசுத்தமடைகிறது. எனவேதான் இதயத்தை சுத்தப்படுத்துதல் சூஃபிகளின் தலையாக கடமையாகிப்போனது.

ஒரு புகழ்பெற்ற நபிமொழி உள்ளது. ஒரு முறை நபிகள் நாயகம் தன் தோழர்களுடன் அமர்ந்திருந்தபோது அங்கே வெள்ளை ஆடை அணிந்த ஒருவர் வந்து இஸ்லாம் என்றால் என்ன, ஈமான் (நம்பிக்கை) என்றால் என்ன, இஹ்சான் (அழகான செயல்) என்றால் என்ன என்று மூன்று கேள்விகளைக் கேட்கிறார். அதில் மூன்றாவது கேள்வி சூஃபித்துவ முக்கியத்துவம் கொண்டது.

இஹ்சானை விளக்கும்படி வந்தவர் கேட்க, இஹ்சான் என்றால் இறைவனை நீங்கள் பார்த்துக்கொண்டிருக்கிறீர்கள் என்ற

நினைப்புடன் அவனை வணங்குவதாகும். ஏனெனில், நீங்கள் அவனைப் பார்க்காவிட்டாலும், அவன் உங்களைப் பார்த்துக் கொண்டிருக்கிறான் என்று நபிகளார் பதில் கூறினார்கள். சூஃபித்துவத்தின் பிரதான நோக்கம் அந்த இஹ்சானை ஏற்படுத்துவதுதான்.

தாமாகவே முன்வந்து ஒருவர் செய்யும் நல்ல காரியங்களின் மூலம் என்னை அவர் நெருங்குகிறார். அப்போது அவர் கையாகவும், காலாகவும், கண்களாகவும் நான் மாறுகிறேன் என்று இறைவன் சொல்வதாக நபிகளார் சொன்ன புனித நபிமொழியும் சூஃபித்துவத்தில் முக்கியத்துவம் பெற்றதாகும்.

நபிகளார் இருந்தபோது இறைநெருக்கத்தைப் பெரும் காரியமானது அவர்களின் நேரடி வழிகாட்டுதலில் நடந்தேறியது. ஆனால் அவர்களுக்குப்பின் அது மிகவும் கடினமாகிப்போனது. எனவே இஸ்லாமிய சட்டவரம்பிற்குள் இறைநெருக்கத்தை ஏற்படுத்தும் வழிகளை சூஃபிகள் உருவாக்கினார்கள்.

ஒவ்வொரு ஆன்மிகப்பாதையின் சத்குரு ஒவ்வொருவரும் வித்தியாசமான வழிமுறைகளை ஏற்படுத்தினார்கள். அவரவர் புரிந்துகொண்டபடி. அந்தந்த காலத்துக்கு ஏற்றபடி. எனவே போய்ச்சேரும் இடம் ஒன்றுதான் என்றாலும் பாதைகள் வெவ்வேறு உண்டாயின. ஆனால் எல்லா சூஃபிப்பாதைகளும் பெருமானாரிடம்தான் சென்று முடிவடையும். தொடக்கமும் அவர்கள்தான், முடிவும் அவர்கள்தான்.

ஆனால் பலதரப்பட்ட ஆன்மிகப்பாதைகளின் பயிற்சிகள் மூலமாக சத்தியத்தை உணர்ந்துகொள்ள பல ஆண்டுகளாகலாம். சத்தியம் அறியப்படுவதற்குமுன் சாதகன் இறந்துகூடப் போய்விடலாம். எனவே இந்தப்பிரச்சனையை இல்லாமலாக்க பஹாவுத்தீன் நக்ஷபந்த் அவர்கள் ஒரு ஏற்பாடு செய்தார்கள். மற்ற பாதைகளில் கவனம் பஞ்ச பூதங்கள் மற்றும் சுயத்தின் வழியாக செய்யப்படும்போது, நக்ஷபந்தி முஜத்திதி பாதையில் கல்ப், ரூஹ், சிர், ஹஃபீ, அஹ்ஃபா என்று சொல்லப்படும் நுட்பமான விழிப்புணர்வு மையங்களில் கவனம் செலுத்தப்படுகிறது. இதை முறையே இதயம், ஆன்மா, ரகசியம், மறைவானது, மிக மறைவானது என்று தமிழில் சொல்லலாம்.

இந்த நுட்பமான மையங்களின்மீது கவனம் செலுத்தப்பட்டு அவை செயலாக்கம் பெறுகின்றன. அவை தூண்டப்படுவதன்

மூலம் அவைகளுக்கு இணையான உயர் நுட்ப மையங்களோடு இணைகின்றன. அகவயமான சுயத்துக்குள் செல்லும் பயணம் என்று இது சொல்லப்படுகிறது. ஆனால் ஒரு சாதகரின் இதயமானது தூய்மைப்படுத்தப்பட்டதற்குப் பின்னர்தான் மற்ற பௌதீகக்கூறுகளையும் சுயத்தையும் சுத்தப்படுத்தும் வேலை துவங்குகிறது. இவ்விதமாக, பயிற்சியின் மூலமாகவும், குருநாதரின் அக்கறையான கவனிப்பின் மூலமாகவும் ஒரு சாதகரின் நுட்பமான விழிப்புணர்வு மையங்கள் தூய்மைப் படுத்தப்பட்டு எழுப்பப்படுகின்றன.

இந்த வித்தியாசமான முறை 'முடிவில் தொடங்கிக்கொள்ளுதல்' (இந்திராஜ் அந்நிஹாயா ஃபில் பிதாயா) என்று அறியப்படுகிறது. ஏனெனில் கடவுளை உணர்தல் என்பது மற்ற ஆன்மிகப் பாதைகளில் நோக்கமாக, இறுதி நிகழ்வாக உள்ளது. ஆனால் நக்ஷபந்தி முஜத்திதி பாதை இந்த உணர்தலில் தொடங்கிக் கொள்கிறது. இந்த முறையை வகுத்துக் கொடுத்த பிதாமகர் ஹஸ்ரத் சையித் அப்துல் பாரிஷாஹ் ஆவார்.

ஹஸ்ரத் சையித் பாரிஷாஹ், ஹஸ்ரத் ஹாமித் ஹஸன் அலவி ஆகியோர் மூலமாக ஹஸ்ரத் சயீத்கான் பெற்றுக்கொண்ட சத்தியமானது மேலே கூறப்பட்ட முறையில் செய்யப்பட்ட ஆன்மிகப்பரிமாற்றத்தின் மூலமே நடந்தேறியது. முடிவில் தொடங்கிக்கொள்ளுதல் என்ற கோட்பாட்டின் அடிப்படையிலேயே பயிற்சிகள் சொல்லித்தரப்பட்டன.

இந்தமுறையில் வழிகாட்டப்படவேண்டுமென்றால், இறைவனை நினைவுகூர்தல், பெருமானார்மீதும், அவர்களது குடும்பத்தார் மற்றும் தோழர்கள்மீதும் 'சலவாத்' எனும் ஆசீர்வாதங்களை அனுப்புதல், தியானம் செய்தல், இதயத்தை உணர்ந்துகொள்ளுதல், குருவோடு நட்போடிருத்தல் ஆகியவை இன்றியமையாதவையாகும்.

புறஉலகின்மீது கொண்ட ஆசை மற்றும் அகந்தை ஆகிய இரண்டு காரணங்களினால் மனிதன் தன்னைப் படைத்தவனை மறந்து வாழ்கிறான். எனவே இறைவனை உணர்ந்துகொள்ள, அடைந்துக்கொள்ள, மேற்கூறிய இரண்டிலிருந்தும் அவன் விடுபட வேண்டியுள்ளது. பல குருமார்கள் முதலில் புறஉலகின் தாக்கத்திலிருந்து மனிதனை எப்படி விடுவிப்பது என்று யோசித்தார்கள். அந்த வகையில் சத்தியத்தை உணர்ந்துகொள்ள நீண்டகாலம் ஆனது. இடையில் சாதகன் இறந்துபோகும் வாய்ப்பும் உண்டு.

ஆனால் நக்ஷபந்தி முஜத்திதி பாதையில் முதலில் இதயம் சுத்தப்படுத்தப்பட்டது. பின்னரே மற்ற நுட்பமான மையங்கள்மீது கவனம் செலுத்தப்பட்டன. அந்தவகையில் இந்தப்பாதையில் எது இறுதியில் கிடைக்குமோ அதன் சுவை ஆரம்பத்திலேயே காட்டப்பட்டது.

தவஜ்ஜுஹ்

நக்ஷபந்தி முஜத்திதி பாதையில் ஒரு இதயத்திலிருந்து இன்னொரு இதயத்துக்கு சத்தியத்தின் கூறுகளை கடத்துவது பிரதானமாக உள்ளது. இது 'தவஜ்ஜுஹ்' என்று கூறப்படுகிறது. இதற்கான ஆதாரமாக நபிகள் நாயகம் அவர்களின் வாழ்வில் நடந்த மிகமுக்கியமான ஒரு சம்பவம் உதாரணமாகச் சொல்லப்படுகிறது.

நபிகள் நாயகம் அவர்கள் இறைவனை எண்ணி ஹீராக்குகையில் தவமிருந்தபோது ஒருநாள் வானவர் தலைவர் ஜிப்ரயீல் வந்து இறைவசனத்தை அருளி, ஓதுங்கள் என்று கூறுகிறார். எனக்கு ஓதத்தெரியாது என்று நபிகளார் சொன்னார்கள். அதன் பின்னர் தன் நெஞ்சோடு பெருமானாரை மூன்று முறை அணைத்து ஓதுங்கள் என்று சொன்னார். மூன்றாவது முறை சொன்னவுடன் பெருமனார் ஓத ஆரம்பித்தார்கள் என்பது இஸ்லாமிய வரலாற்றில் உள்ள உலகறிந்த ஒரு நிகழ்வாகும். அதை மையமாக வைத்த நக்ஷபந்தி முஜத்திதி பாதையின் பிரதான செயல்பாட்டு முறையும் இதயத்திலிருந்து செய்யப்படும் ஆன்மிக பரிமாற்றத்துக்கு முக்கியத்துவம் கொடுக்கிறது. ஒரு இதயத்திலிருந்து இன்னொரு இதயத்துக்கு சத்தியத்தின் கூறுகளை அனுப்பும் முறைதான் 'தவஜ்ஜுஹ்' என்ற பெயரால் அறியப்படுகிறது.

லதாயிஃப்

நக்ஷபந்தி முஜத்திதி பாதையின் இன்னொரு முக்கியமான அம்சம் 'லதாயிஃப்' எனப்படும் நுட்பமான மையங்களாகும். மனித உடலில் பத்து நுட்பமான மையங்கள் உள்ளன என்று நக்ஷபந்தி முஜத்திதி பாதையின் மூலவர்களில் ஒருவரான ஹஸ்ரத் அப்துல் பாரி ஷாஹ் கண்டுசொன்னார். அவற்றில் இதயம், ஆன்மா, ரகசியம், மறைவானது, அதிமறைவானது ஆகிய ஐந்தும் அகவயமானவையாகவும் மற்ற ஐந்தும் புறவயமானவையாகவும் உள்ளன என்றும், புறவயமான ஐந்தில் ஒன்று சுயம் என்றும் அது புருவங்களுக்கு மத்தியில் உள்ளது என்றும் சொன்னார். இந்திய பாரம்பரியம் அதை ஆக்ஞா சக்கரம் என்று கூறுகிறது.

ஒவ்வொரு மையமும் ஒரு நிறத்தோடு தொடர்பு கொண்டுள்ளது. இதயம் மஞ்சள், ஆன்மா சிவப்பு, ரகசியம் வெள்ளை, கருப்பு மறைவானது, பச்சை அதிமறைவானது ஆகியவற்றோடு தொடர்புகொண்டது. ஒவ்வொரு நுட்ப மையமும் ஒரு இறைத்தூதரின் கட்டுப்பாட்டில் இருக்கிறது.

இதயம் ஆதம் நபியின் கட்டுப்பாட்டில்,
ஆன்மா இப்ராஹீம் நபியின் கட்டுப்பாட்டில்,
ரகசியம் மூசா நபியின் கட்டுப்பாட்டில்
மறைவானது ஈஸா நபியின் கட்டுப்பாட்டில்
மிகமறைவானது முஹம்மது நபியின் கட்டுப்பாட்டில்

என இப்பாதை கூறுகிறது. இவைகள் இறைவனை நெருங்கும் பாதையின் தூரத்தை அல்லது அண்மையைக் குறிக்கும் அடையாளங்களாகவும் உள்ளன. உலக ஆசைகள் இந்த நுட்ப மையங்களை இடம் நகர்த்தி தூரமாக்கிவிடுவதால் அவை தம் பிரகாசங்களை இழந்துவிடுகின்றன என்றும் கூறப்படுகிறது. இந்த நுட்ப மையங்கள் தம் பழைய நிலையை அடையும்வரை தன்னை இழந்து இறைவனை அடைதல் சாத்தியப்படாது என்றும் கூறப்படுகிறது.

இவ்விதமாக பத்து நுட்ப மையங்களும் எழுப்பப்பட்ட பிறகு எல்லாவற்றுக்கும் சேர்ந்து ஒரே நோக்கம் கொடுக்கப்படும். பின்னர் அந்த பத்து நுட்ப மையங்களிலும் இறைவனை நினைவுகூர்ந்ததற்கான அடையாளங்கள் தெரிய ஆரம்பிக்கும்.

தியானம்

ஒவ்வொரு நாளும் ஓரிடத்தில் அமர்ந்து முப்பது அல்லது நாற்பத்தைந்து நிமிடங்கள் தியானம் செய்வதை இப்பாதை சிபாரிசு செய்கிறது. ஒன்றும் செய்யவோ சொல்லவோ வேண்டியதில்லை. இறைவனின் அருள் கிடைக்கவேண்டும் என்ற நோக்கத்தோடு அமர்ந்திருந்தால் போதும். ஆரம்பத்தில் மட்டும் 'உவஃஃபிலு அம்ரீ இலல்லாஹ் இன்னல்லாஹ் பசீரும் பில் இபாத்' என்ற இறைவசனத்தை *(40:44)* ஓதிக்கொண்டு அமரவேண்டும். கொஞ்சம் கொஞ்சமாக எண்ணங்கள் அடங்கி ஒருவித தூக்க அல்லது மயக்க நிலை ஏற்படும். தொடர்ந்து இந்த தியானத்தைச் செய்வதன் மூலம் இதயம் உயிரூட்டப்படும். பின்னர் குருநாதரைச் சந்தித்து அடுத்தடுத்த தியானங்களைப் பெற்றுக்கொள்ளலாம்.

7

தி இன்ஸ்ட்டிட்யூட் ஆஃப் சர்ச் ஃபார் ட்ரூத்

முப்பத்தாறு ஆண்டுகள் சேவை செய்தபிறகு, ஹஸ்ரத் ஆஸாத் ரஸூல் ஜாமியா பணியிலிருந்து ஓய்வு பெற்றார்கள். அதன்பிறகு முற்றமுழுக்க தன் நேரத்தை ஆன்மிகப் பணிகளுக்காகவே அர்ப்பணித்தார்கள்.

இந்தியாவிலும் மேற்கத்திய நாடுகளிலும் நக்ஷபந்தி முஜத்திதி ஆன்மிகப்பாதை வேகமாகப்பரவ எல்லா முயற்சிகளையும் ஹஸ்ரத் செய்தார்கள். சத்தியத்தைத்தேடி பலர் உலகின் பல பாகங்களிலிருந்தும் இந்தியாவுக்கு வந்தாலும் வெகுசிலரே சூஃபிப்பாதையை அணுகுவதை எண்ணி ஹஸ்ரத் மிகுந்த வருத்தமடைந்தார்கள்.

யோகா, வேதாந்தம் போன்றவற்றை நோக்கியே பலர் சென்றார்கள். ஆனாலும் அவற்றின் மூலமாக சத்தியத்தை உணர்ந்துகொண்டவர்கள் வெகுசிலராகவே இருந்தனர். உண்மையான ஆன்மிக முன்னேற்றம் என்பது ரொம்ப அரிதாகவே இருந்தது. அப்படியே சிலருக்கு அது ஏற்பட்டாலும் அது மேற்கத்திய நாடுகளின் தன்மையை ஒட்டி வாழ்ந்துவந்த மனிதர்களுக்குப் போதுமானதாக இருக்கவில்லை. அவர்களது ஆன்மிக முன்னேற்றத்தின் தரமானது குறிப்பிடத்தக்க அளவில் இல்லையே என்ற வருத்தம் ஹஸ்ரத் அவர்களுக்கு இருந்தது.

ஐரோப்பா வட அமெரிக்கா போன்ற நாடுகளிலிலிருந்து இந்தியாவுக்கு ஆன்மிக நாட்டம் கொண்டு வந்தவர்களெல்லாம் சூஃபிப்பாதையைத் தேர்ந்தெடுக்கவில்லை. காரணம், மதத்தை மாற்றிக்கொண்டு முஸ்லிமானால்தான் அப்பாதையில் செல்ல முடியும் என்று அவர்கள் நினைத்தார்கள். அப்படியெல்லாம் செய்யவேண்டியதில்லை என்று ஹஸ்ரத் முடிவு செய்தார்கள். ஒருவர் முஸ்லிமாகாமலே சூஃபிப்பயிற்சிகளின் மூலம் உண்மையைத் தொட்டுப்பார்க்க முடியும் என்பதை உணர்த்த விரும்பினார்கள். எனவே தன் குருநாதரின் அனுமதியுடன் எல்லா மனிதர்களுக்குமான ஒரு ஆன்மிகப்பள்ளியைத் தொடங்கினார்கள்.

ஹஸ்ரத் அவர்கள் மற்ற குருமார்களைப்போலல்லாமல் வித்தியாசமாக இருந்தார்கள். கிழக்கத்திய மற்றும் மேற்கத்திய நாடுகளில் கற்பிக்கப்படும் தத்துவம், கல்வி, உளவியல், விஞ்ஞானம் ஆகியவற்றை முற்றிலுமாக, ஆழமாக அறிந்தவர் களாக இருந்தார்கள். பன்மொழி அறிஞராகவும் இருந்தார்கள். எனவே சூஃபித்துவம் சொல்லும் உண்மைகளை எல்லாருக்கும் எடுத்துச்சொல்ல மேலே சொன்ன பள்ளியைத் தொடங்கினார்கள்.

ஏற்கனவே குறிப்பிடப்பட்ட ஐந்து ஆன்மிகப்பாதைகளிலும் உள்ள பயிற்சிகளைக் கற்றுக்கொடுக்க ஏற்பாடு செய்தார்கள். தன் ஞானாசிரியரின் அனுமதியுடனும் ஆசீர்வாதத்துடனும் தி இன்ஸ்ட்டிட்யூட் ஆஃப் சர்ச் ஃபார் ட்ரூத் (The Institute of Search for Truth) தொடங்கப்பட்டதை ஏற்கனவே குறிப்பிட்டோம்.

யூகே, அமெரிக்கா, போலந்து, துருக்கி, ஆஸ்திரேலியா, நியூஸிலாந்து ஆகிய நாடுகளில் அதன் கிளைகள் நிறுவப் பட்டன. ஹஸ்ரத் அவர்கள் இவ்வுலகை விட்டுப்பிரிந்தபோது அப்பள்ளியின் கிளைகள் அமெரிக்கா, இங்கிலாந்து, ஆஸ்திரேலியா, போலந்து போன்ற நாடுகளில் கிளைவிரித்திருந்தது.

அந்நாடுகளுக்கெல்லாம் பயணம் செய்ததன் விளைவாக, அங்கிருந்தவர்கள் கேட்ட கேள்விகளுக்கும் சந்தேகங்களுக்கும் விடைகொடுத்தார்கள். அந்த கேள்வி பதில்களையெல்லாம் தொகுத்து ஒரு நூலாகக்கொண்டுவரப்பட்டது. அதுதான் Turning Toward the Heart *(அந்த நூல்தான் என்னால் 'இதயத்தை நோக்கித் திரும்புதல்' என்ற தலைப்பில் தமிழாக்கம் செய்யப்பட்டது என்பதை ஏற்கனவே குறிப்பிட்டுள்ளேன்).*

பின்னாளில் தன் சுயசரிதையும், தன் ஞானாசிரியர் ஹஸ்ரத் சயீத்கான் அவர்களின் சுயசரிதையையும் ஹஸ்ரத் எழுதினார்கள். இரண்டு சுயசரிதைகளையும், ஹஸ்ரத் சயீத்கான் அவர்களின் போதனைகளையும், அவர்கள் உர்து மொழியில் எழுதிய வற்றையும் மொழிபெயர்த்து ஒரு நூலாகக்கொண்டு வந்தார்கள். அதுவே The Search for Truth என்ற தலைப்பில் ஹஸ்ரத் அவர்களின் மறைவுக்குப்பிறகு 2010-ல் வெளியிடப்பட்டது.

இந்தியாவிலும் உலகின் பல பாகங்களிலும் உள்ள மாணவர்களுக்காக நக்ஷபந்தி முஜத்திதி பாதையின் சிறப்பையும் பயிற்சிகளையும் எடுத்துச்சொல்ல ஹஸ்ரத் 55 ஆண்டுகளை அர்ப்பணித்தார்கள். அந்த முயற்சியில் The Institute of Search for Truth ஒரு கலங்கரை விளக்கமாகவே செயல்பட்டு வந்துள்ளது.

ஹஸ்ரத் அவர்கள் இந்தியா முழுவதும் பயணித்து நக்ஷபந்தி முஜத்திதி பாதையின் பயிற்சிக்கான ஆன்மிக மையங்களை தமிழ்நாடு, ஆந்திரா, கர்நாடகா, குஜராத் என பல மாநிலங்களிலும், பல ஊர்களிலும் நிறுவினார்கள்.

அதுமட்டுமின்றி, இந்தப்பாதையின் அம்சங்களை எடுத்துரைக்க வும், பயிற்றுவிக்கவும் தலைநகர் டெல்லியில் ஒரு ‘கான்கா’வை நிறுவ விரும்பினார்கள். இருபத்தைந்து ஆண்டுகளின் உழைப்புக்குப்பிறகு 1999-ம் ஆண்டு கான்கா டெல்லியில் நிறுவப்பட்டது.

மாணவர்களின் எண்ணிக்கை அதிகமாக இருக்கவேண்டும் என்று அவர்கள் விரும்பவில்லை. எண்ணிக்கையில் அவர்கள் நம்பிக்கை வைக்கவில்லை. சூஃபிப்பாதையில் தன்னை அர்ப்பணித்துக்கொள்ளும் மனம் கொண்ட மாணவர்களுடைய உண்மையான ஆர்வமே அவர்களுடைய அளவுகோலாக இருந்தது.

வெளிநாடாக இருந்தாலும் சரி, இந்தியாவாக இருந்தாலும் சரி, ஹஸ்ரத் அவர்கள் எங்கே சென்றாலும் ஆர்வலர்களின் வீட்டிலேயே தங்கி அவர்களுடைய கேள்விகளுக்குப் பொறுமையாக பதில்களைச் சொல்லி அவர்களை ஊக்குவிப்பார்கள். ஆனால் இவை எதற்குமே அவர்கள் பணம் வசூலிப்பதில்லை.

இது ரொம்ப முக்கியமான செய்தியாகும். ஏனெனில் இன்று ஆன்மிகவா(ந்)திகள் என்று சொல்லிக்கொள்ளும் சிலர் பல கோடிகளுக்கு அதிபதிகளாக உள்ளனர். ஒவ்வொரு பயிற்சிக்கும் பணம் வசூலிக்கின்றனர். உண்மையான ஆன்மிகம் வியாபாரமல்ல. அங்கே பணம் பேசாது. மனம்தான் பேசும். பேசவேண்டும்.

மாலை வேளைகளில் கூட்டுத்தொழுகைக்கு ஹஸ்ரத் தலைமை தாங்குவார்கள். அதன்பின் அமைதியான தியானம் நடைபெறும்.

ஹஸ்ரத் அவர்களுக்குப் பிறகு இப்பாதையை எடுத்துச் சொல்பவராக அவர்களது அருமை மகனார் ஹஸ்ரத் ஹாமித் ஹஸன் அவர்கள் தலைமையேற்று நடத்தி வருகிறார். உலகெங்கிலும், கிழக்கிலும் மேற்கிலும், நீரிலும் நிலத்திலும் நக்ஷபந்தி முஜத்திதி பாதை பரவும் என்ற ஹஸ்ரத் அப்துல் பாரி ஷாஹ் அவர்களின் கனவு நனவாகிக்கொண்டுள்ளது.

நவம்பர் 07, 2006-ல் ஹஸ்ரத் ஆஸாத் ரஸூல் காலமானார்கள்.

8

இதயமே இதயமே

ஹஸ்ரத் அவர்களின் நக்ஷபந்தி முஜத்திதி ஆன்மிகப்பாதையில் முக்கியமானது இதயம்தான். சுருங்கி விரிந்து ரத்தத்தை உடலெங்கும் அனுப்பிக்கொண்டிருக்கும் உறுப்பை இது குறிக்காது. இறைவன் வாழும் வீடான இதயத்தையே இந்த ஆன்மிகப்பாதையில் இச்சொல் குறிக்கிறது. இதயத்தைக் கொண்டே இறைவனை உண்மையில் உணர்ந்துகொள்ள- முடியும் என்று திருமறை பல இடங்களில் கூறுகிறது. உதாரணமாக சில வசனங்களைப் பார்க்கலாம்:

உண்மையான நம்பிக்கையாளர்கள் யார் என்றால், அல்லாஹ்வின் திருநாமம் (அவர்கள் முன்) கூறப்பட்டால், அவர்களுடைய இருதயங்கள் பயந்து நடுங்கிவிடும் (08:02)

(நேர் வழி பெறும்) அவர்கள் எத்தகையோரென்றால், அவர்கள் தாம் (முற்றிலும்) நம்பிக்கை கொண்டவர்கள்; மேலும், அல்லாஹ்வை நினைவு கூர்வதால் அவர்களுடைய இதயங்கள் அமைதி பெறுகின்றன; அல்லாஹ்வை நினைவுகூர்வது கொண்டுதான் இதயங்கள் அமைதி பெறுகின்றன என்பதை அறிந்து கொள்க! (13:28)

எவரொருவர் பரிசுத்த இருதயத்தை அல்லாஹ்விடம் கொண்டு வருகிறாரோ அவர் (கண்ணியம்) அடைவார் (26:89)

எவர்கள், மறைவிலும் கருணைமிகு இறைவனை அஞ்சி நடந்து கொண்டிருக்கிறார்களோ அவர்களுக்கும் (அவனையே) முற்றிலும் நோக்கிய இதயத்துடன் வருவோருக்கும் (இது வாக்களிக்கப்பட்டிருக்கிறது) *(50:33)*

மிக நுட்பமான ஆன்மிக விழிப்புணர்வு மையங்கள் என்று சொல்லப்படுபவை யாவும் இப்பாதையில் இதயத்தை மையப்படுத்தியே வரையறுக்கப்படுகின்றன. இம்மையங்கள் 'லதாயிஃப்' என்று குறிப்பிடப்படுகின்றன. 'லதீஃப்' என்ற சொல்லிலிருந்து இச்சொல் பெறப்படுகிறது. 'லதீஃப்' என்றால் 'நுட்பமானவன்' என்று பொருள். திருமறையில் இறைவன் 'லதீஃப்' என்ற சொல்லால் குறிப்பிடப்படுகிறான். எனவே லதீஃபை அறிய இப்பாதையில் 'லதாயிஃப்' பயன்படுத்தப் படுகின்றன.

மனித உடம்பில் ஒரு சதைத்துண்டு உள்ளது. அது நல்லபடியாக இருந்தால் உடல் முழுவதும் நல்லபடியாக இருக்கும். அது கெட்டுப்போனால் உடலும் கெட்டுப்போகும் என்று நபிகள் நாயகம் சொன்னதும் இதயம் என்ற உறுப்பைப் பற்றி அல்ல. நுட்பமான ஆன்மிக மையத்தைப் பற்றியே என இமாம் கஸ்ஸாலி, இப்னு அரபி போன்ற முஸ்லிம் சூஃபி ஞானிகள் விளக்கம் கொடுத்துள்ளனர். அறிவால் அறியப்படுகின்ற வற்றைவிட உள்ளுணர்வால் அறியப்படுபவை மிக உயர்ந்ததாகும் என்று சூஃபிக்கவிஞானி மௌலான ஜலாலுத்தீன் ரூமி கூறினார்.

நேரடியாக ஆழமான ஆன்மிக அறிவை இறைவனிடமிருந்து தன் இதயத்துக்குப் பெற்றுக்கொண்டதில் முதன்மையானவர்கள் நபிகள் நாயகம்தான். எனவே இதயத்தை முன்னிறுத்தும் இந்த ஆன்மிகப்பாதையின் வேர் நம்மைப்போல படிப்பறிவு பெறாத அவர்களிடமிருந்தே துவங்குகிறது.

தியானம் செய்தல், திக்ர் (இறைவனின் பெயர்களை உச்சாடனம் செய்தல்), சலவாத் ஓதுதல், அதாவது நபிகள் நாயகம் பேரிலும் அவர்கள் குடும்பத்தின் பேரிலும் அருள் மழை பொழியட்டும் என்று இறைவனை வேண்டுதல் போன்றவற்றைச் செய்வதன் மூலம் ஆன்மிக இதயத்தை எழுப்ப சூஃபிகள் முனைகின்றனர்.

இதயத்துக்கு நேர் எதிரானது மானிட புத்தி, மூளை, மனம் அல்லது அறிவு என்று சொல்லவேண்டும். தன்

மூளையைக்கொண்டு சத்தியத்தை உணர்ந்துகொண்டவர் இந்த உலக வரலாற்றில் ஒருவர்கூடக் கிடையாது. இன்னும் சொல்லப்போனால், ஆன்மிகப்பாதையில் முன்னேற்றத்துக்குத் தடையாக இருப்பதே அறிவுதான். ஏனெனில் அறிவை மதிக்கும் ஒரு சீடர் தன் அறிவுக்குப் பொருந்தாத எதையும் குரு சொன்னால் ஏற்றுக்கொள்ள முடியாமல் போய்விடும்.

'உள்ளே நுழையும்போது வாசலைல் செருப்பை விட்டுவிட்டு வருவது மாதிரி உங்கள் அறிவையும் விட்டுவிட்டு வந்தால்தான் எனக்கு சீடனாக இருக்க முடியும்' என்று எங்கள் ஞானாசிரியர் ஹஸ்ரத் மாமா அவர்கள் ஒருமுறை கடுமையாக எங்களிடம் சொன்னார்கள்! ஏனெனில் குரு சொல்லும் ஒரு காரியம் அறிவுக்குப் பொருத்தமாக இல்லாவிட்டால் அதைச்செய்வதில் சீடருக்கு தயக்கம் ஏற்பட்டுவிடும். எனவே அறிவே சத்தியத்தைப் பார்க்கவிடாமல் மறைக்கும் திரையாகிவிடும் என்று ஹஸ்ரத் ஆஸாத் ரஸூல் உணர்ந்துகொண்டார்கள்.

ஒருமுறை ஷிர்டி சாய்பாபாவுக்கு பணிவிடைகள் செய்து கொண்டிருந்த ஒரு சீடருக்கு வயிற்றுப்போக்கு ஏற்பட்டது. அவரை அழைத்து பாபா மணிலாக்கொட்டைகளை சாப்பிடச் சொன்னார்! அவற்றைச் சாப்பிட்டால் வயிற்றுப்போக்கு இன்னும் அதிகமாகும்! ஆனால் அந்த சீடர் பாபா சொன்னதைச் செய்தார். அடிக்கடி தனிமையில் போய் கழுவிக்கொண்டும் இருந்தார். பாபா திரும்பத்திரும்ப அவருக்கு அதைக்கொடுத்துக் கொண்டே இருந்தார்கள். அவரும் வாங்கி சாப்பிட்டுக் கொண்டே இருந்தார். என்ன அற்புதம்! கொஞ்ச நேரத்தில் வயிற்றுப்போக்கு நின்றுவிட்டது! ஒரு குருவின் கையில் விஷமும் அமுதமாகிவிடுகிறது.

தன் அறிவுக்குப் பொருந்தாதவற்றையெல்லாம் ஏற்றுக்கொள்ள ஆரம்பத்தில் ஹஸ்ரத்தின் மனம் மறுத்தது. ஒரு நீர்ச்சுழலைக் கடக்க விரும்பும் ஒருவன் அதிலேயே மாட்டிக்கொள்வதைப் போல. இதெல்லாம் குருவுக்குத் தெரியாதா என்ன?!

பயிற்சிகளைக் கொடுக்கும்முன் ஹஸ்ரத்துக்கு சயீத்கான் அவர்கள் சில நிபந்தனைகளை விதித்தார்கள். எந்தக் கேள்வியும் கேட்காமல், மனதுக்குள்ளும் கேள்விகளை எழுப்பாமல், அப்படியே எழுந்தாலும் அவற்றைப் பொருட்படுத்தாமல், தொடர்ந்து ஒன்றரை அல்லது இரண்டு ஆண்டுகளுக்கு தான்

கொடுக்கும் பயிற்சிகளைச் செய்துவரவேண்டும் என்பதுதான் நிபந்தனை அல்லது அன்புக்கட்டளையாக இருந்தது! ஒரு கேள்வி என்பது சாத்தானாகிய பாம்பு தன் வாலில் நிற்பது என்று ஓஷோ சொல்வார்! என்ன அற்புதமான புரிதல்!

நிபந்தனைக்கு ஒத்துக்கொண்டு பயிற்சிகளைத் தொடங்கிய போதும் சந்தேகங்களும் கேள்விகளும் அவ்வப்போது எழுந்து கொண்டே இருந்தன! இது இதனால் இருக்கலாம், அது அதனால் இருக்கலாம் என்று ஹஸ்ரத்தின் மனமானது அவ்வப்போது சில சமாதானங்களைச் சொல்லிக்கொண்டுதான் இருந்தது!

உதாரணமாக தவஜ்ஜுஹ் எனப்படும் இதயத்திலிருந்து இதயத்துக்குக் கடத்தப்படும் செய்திகளைப் பற்றி ஆஸாத் ரஸூல் அவர்கள் ஆரம்பத்தில் தவறாகத்தான் புரிந்து கொண்டார்கள். அது ஒருவகையான ஆட்டோசஜஷனாக, தனக்குத்தானே கொடுத்துக்கொள்ளும் உத்தரவாக, இருக்கலாம் என்று நினைத்தார்கள். ஸூஃபிகள் 'முராகபா' என்று சொல்வதும் ஹிந்து ஞானிகள் 'சமாதி' நிலை என்று சொல்வதும் ஒன்றுதான் என்று ஆஸாத் ரஸூல் ஆரம்பத்தில் நினைத்தார்கள். அதேபோல இந்துமத ஆன்மிகப்பாரம்பரியத்தில் சொல்லப்படும் 'சக்ரா' எனப்படும் சக்தி மையங்களும் நக்ஷபந்தி முஜத்திதி ஆன்மிகப்பாதை சொல்லும் 'லதாயிஃப்' எனப்படும் நுட்ப மையங்களும் ஒன்றுதான் என்று நினைத்தார்கள்.

இப்படியெல்லாம் அவர்கள் அறிவு சொன்னதால், ஹஸ்ரத் சயீத்கான் அவர்கள் கொடுத்த பயிற்சிகளினால் பெரிதாகப் பலன் ஒன்றும் ஏற்படப்போவதில்லை என்றும் ஆரம்பத்தில் நினைத்தார்கள். ஆனாலும் சயீத்கான் அவர்களுக்குக் கொடுத்த வாக்குறுதியின்படி பயிற்சிகளை விடாமல், நேர்மையாகவும், ஆழமாகவும் செய்துவந்தார்கள்.

அதன் விளைவாக மெல்ல மெல்ல மனதில் பிடியிலிருந்து ஆஸாத் ரஸூல் விடுபட ஆரம்பித்தார்கள். சயீத்கான் அவர்களின் வழிகாட்டுதல் பலன்கொடுக்க ஆரம்பித்தது தெளிவாகத் தெரிந்தது. பார்வையற்ற ஒருவருக்கு திடீரென்று பார்வை கிடைத்த மாதிரி, இதற்குமுன் அவர்கள் மனதால், மூளையால் அறிந்துகொள்ள முடியாததையெல்லாம் இப்போது தெளிவாகப் பார்க்கத் தொடங்கினார்கள். சயீத்கான் அவர்களின் ஆசீர்வாதத்தினால், தன் அறிவின் கட்டுப்பாடுகளிலிருந்து

முற்றிலுமாக விடுபடத்தொடங்கினார்கள். ஆன்மிகக் கடலுக்குள் மூழ்க ஆரம்பித்தார்கள்.

அதன் பயனாக, இறைத்தூதர்களின் அறிவானது முழுமை பெற்றது என்பதை ஆஸாத் ரஸூல் அவர்களால் தெளிவாக உணர முடிந்தது. இறைத்தூதர்கள் சொன்னதற்குப் புறம்பாக என்ன பயிற்சி செய்தாலும் அவற்றால் சத்தியத்தைக் காட்ட முடியாது என்பது மட்டுமின்றி, 'நஃப்ஸ்' எனப்படு சுயமானது தவறான பாதையில் கொண்டுபோய் விட்டுவிடும் என்றும் புரிந்துகொண்டார்கள். ஏனெனில் சுயத்தைத் தூய்மைப் படுத்துவதானது இதயத்தைத் தூய்மைப்படுத்துவதாகும் என்பதை உணர்ந்துகொண்டார்கள். இதயம் என்ற கதவு வழியாகத்தான் வழிகாட்டுதல் நுழையவேண்டும். அந்த வழிகாட்டுதலானது இறைத்தூதர்களின் வாழ்விலிருந்து பெறப்பட்டிருக்கவேண்டும்.

மனித உடலுக்குள் அறிவின் இருப்பிடமானது மூளையில் மட்டுமல்ல, இதயத்திலும் இருப்பதாகும் என்பதும் புரிந்தது. ஐம்புலன்களல்லாமல் அறிவின் மூலமாக இதயத்தையும் குறிப்பிடுகிறது புனித திருமறை. இதயத்தின் மூலம் காணப்படும் காட்சிக்கும் ஐம்புலன்களுக்கும் தொடர்பில்லை. அகக்கண்ணால் பார்க்கும் காட்சிகள் யாவும் புறக்கண்களால் பார்க்கப்படும் காட்சிகளுக்கு எவ்விதத்திலுக் குறைவானதல்ல. அந்த உள்வயமான பார்வைதான் சத்தியத்தைக் காட்டுகிறது என்பதையும் உணர்ந்துகொண்டார்கள். அது அறிவைவிட மேம்பட்டது மட்டுமல்ல, அதுதான் சத்தியத்தைக் காட்டுவதாகும். அதுதான் மார்க்கத்தின் ஊற்றாகும். வாழ்வின் நோக்கமும் அதுவாகவே இருக்கும்.

அதுமட்டுமல்ல. புற உலகமும் அக உலகமும் ஒன்றோடொன்று தொடர்புகொண்டதுதான். ஒரே சத்தியத்தின் இரண்டு அம்சங்கள்தான் அவை. அதனால்தான் புனித திருமறை உலகவாழ்வை விட்டு ஓடுங்கள் என்று சொல்லவில்லை. திருமறையின் சிறப்புக்களில் இதுவும் ஒன்றாகும். பண்டைய மதங்களும் கலாச்சாரங்களும் வெற்றி பெறாததற்குக் காரணம் அக உலகையும் புற உலகையும் அவை வேறுபடுத்திப் பார்த்ததுதான் என்று புரிந்துகொண்டார்கள்.

9

வெளிநாட்டுச் சீடர்களோடு

ஹஸ்ரத் ஆஸாத் ரஸூலோடு இங்கிலாந்தில் சில சீடர்களுக்கு நிகழ்ந்த அனுபவங்களை Writings from the Heart என்ற நூலில் பதிவு செய்திருக்கிறார்கள். அதிலிருந்து கொஞ்சம்.

அடிபா அட்டேவா

நான் முதன்முதலாக ஹஸ்ரத்தைச் சந்தித்தபோது ஒரு புன்னகையோடு என்னை அவர் பார்த்தார். 'என்னிடமிருந்து உங்களுக்கு என்ன வேண்டும்?' என்று கேட்டார். நான் பதில் எதுவும் சொல்லவில்லை. அவர் அமைதியாகக் காத்திருந்தார். எனக்கு அழுகை வந்தது. கண்ணீரைத்தவிர என்னால் வேறு எதையும் சொல்லமுடியவில்லை. நான் எப்போதுமே தனியனாக உணர்ந்தேன். கடைசியில் கேட்டுவிட்டேன்.

'நான் ஏன் இந்த உலகுக்கு வந்தேன்?'

ஹஸ்ரத்தின் முகம் திடீரென்று ஒளிர்ந்தது. விளக்கு போட்ட மாதிரி. என்னைப்பார்த்துப் புன்னகைத்தார். என் கேள்விக்கு நேரடியாக பதில் சொல்லவில்லை.

'பயிற்சிகளையெல்லாம் செய்யுங்கள். அந்தக் கேள்விக்கு பதில் தெரியவரும்' என்று சொன்னார்கள்.

ஆனாலும் என் தனிமை என்னைவிட்டுப் போகவில்லை. ஹஸ்ரத் மீண்டு லண்டனுக்கு வந்தபோது போய் சந்தித்தேன். ஹஸ்ரத் மாடியில் இருந்தார்கள். கொஞ்ச நேரம் கழித்து என்னை அழைப்பதாகத் தகவல் வந்தது. போனேன். என்ன விஷயம் என்று கேட்டார்கள். மீண்டும் அழுகைதான் வந்தது. ஆனாலும் சொல்லிவிட்டேன்.

'என் தனிமை என்னை வாட்டுகிறது. என்னை விட்டு அது போகவே இல்லை'.

'இல்லை. அப்படி நினைக்கக்கூடாது. ஏனெனில் நீங்கள் தனியாக இல்லை. உங்களோடு எப்போதுமே ஆண்டவன் இருக்கிறான்' என்றார்கள்.

அந்த பதில் என் கண்களைத் திறந்தது. அதன்பிறகு நான் தனிமையை உணரவே இல்லை.

ஆமினா (ஜென்னி) சலர்னோ

1997 மே மாதம் இந்தியாவிலிருந்து ஒரு சூஃபி வந்திருப்பதாகவும் ஆசீர்வாதம் பெறவும் அவரோடு தேநீர் அருந்தவும் எனக்கு அழைப்பு வந்தது. என் வாழ்க்கையையே தலைகீழாகப் புரட்டிப்போட இருந்த ஒரு சந்திப்பு அது என்று எனக்கு அப்போது தெரியவில்லை. சிவப்பு ரோஜாக்கள், சாக்லேட் எல்லாம் எடுத்துக்கொண்டு அவரைப் பார்க்கச் சென்றேன்.

அவர் இருந்த அறைக்குள் நுழைந்த உடனேயே உன்னதமான அமைதி ஆற்றல் என்னைச் சூழ்ந்தது. அந்த மாதிரி ஒன்றை நான் அதுவரை அனுபவித்ததே இல்லை. தன்னோடு தியானம் செய்ய உட்காரும்படி ஹஸ்ரத் கேட்டுக்கொண்டார். உட்கார்ந்தேன்.

தியானம் முடிந்த பிறகு எப்படி இருந்தது என்று கேட்டார். நான் கண்ட காட்சியை அவருக்குச் சொன்னேன். புன்னகைத்துவிட்டு தீட்சை பெற்றுக்கொள்ளும்படிச் சொன்னார். நான் தயங்க வில்லை. என் இதயம் உடனே 'சரி' என்று சொன்னது. அந்த சத்தியத்தின் தொடர்பை, நித்தியத்தின் தொடர்பை நான் பெறுவதற்குள் பல ஆண்டுகளாகிவிட்டன.

ஹஸ்ரத் திருமறை ஓதும்போதெல்லாம் எனக்குக் கண்ணீர் வரும். அது ஓர் அழகிய நினைவு. எனது இரண்டு மகன்களும்

ஹஸ்ரத்தைச் சந்தித்ததும் மறக்கமுடியாத அனுபவமாகும். ஹஸ்ரத்

அவர்கள் இவ்வுலகை விட்டுப் பிரிவதற்கு சற்றுமுன் நான் அவரோடு தொலைபேசியில் பேசினேன்.

‘எப்போது வேண்டுமானாலும் என்னை அழைக்கலாம். என் உயிர் இருக்கும்வரை உனக்காக நான் துஆ செய்வேன்’ என்று கூறினார்கள்.

அல்லாஹ் ஹஸ்ரத்தின் ரகசியத்தை புனிதப்படுத்தட்டும். அவருக்கு ஆசிகளை வழங்கிக்கொண்டிருக்கட்டும்.

ஆந்த்ர்செஜ் சரமோவிக்ஸ்

நான் பல ஆண்டுகளாக ஒரு சூஃபி குருவைத்தேடிக் கொண்டிருந்தேன். அந்த காலகட்டத்தில் இந்தியாவிலிருந்து ஒரு சூஃபி குரு மெல்போர்னுக்கு வருகிறார் என்று கேள்விப்பட்டு ரொம்ப சந்தோஷமடைந்தேன். அவரைச் சந்திப்பதற்கு முந்தியநாள் இரவு கனவொன்று கண்டேன். அதில் ஒரு சூஃபி குருவும் பல மாணவர்களும் ஒரு அறைக்குள் நுழைகிறார்கள். என் முறை வந்தபோது அந்த குரு எல்லாரையும் சேர்த்து அழைத்தார். எல்லாருக்கும் முன்னால் நான் அவரைப்பார்த்துவிட வேண்டும் என்று முயன்றேன். ஆனாலும் கடைசியாகத்தான் சென்றேன்.

எங்கள் அமைப்பில் நாங்கள் இதயத்தின் மூலம்தான் எல்லாவற்றையும் செய்கிறோம் என்று குரு கூறினார். எனக்கது அப்போது புரியவில்லை. ஆனாலும் சரியான இடத்துக்குத்தான் வந்திருக்கிறேன் என்பது மட்டும் புரிந்தது.

அவரை நேரில் சந்தித்தபோது கடைசியாக ஒரு சூஃபி குருவைக்கண்டுகொண்டேன் என்று சந்தோஷப்பட்டேன். உண்மையான ஆன்மிகத்துக்கும் போலியானதற்கும் இடையில் இருந்த வித்தியாசத்தை உணர்ந்துகொண்டேன்.

அடுத்தடுத்த சந்திப்புகளுக்குப் பிறகு என் இதயம் திறந்துகொண்டது. நான் அவர்களுடைய முரீது (சீடர்) ஆனேன். ஒரு சூஃபி குருவோடான என் பயணம் தொடங்கியது. போலந்து நாட்டில் பயிற்றுவிக்கப்பட்ட முதல் மற்றும் ஒரே ஆன்மிகப்பாதை ஹஸ்ரத்துடையதுதான். பதினோறு ஆண்டுகள்

ஹஸ்ரத்தோடு என் ஆன்மிகப்பயணம் தொடர்ந்தது. இரண்டு முறைகள் எங்கள் நாட்டுக்கு வந்து ஹஸ்ரத் எங்களையும் எங்கள் நாட்டையும் ஆசீர்வதித்தார்கள்.

இப்போது ஹஸ்ரத் இல்லாமல் போலந்தில் ஸூஃபிப்பாதையைத் தொடர்வது கடினமாகத்தான் உள்ளது. ஆனால் அவர்கள் கற்றுக்கொடுத்த பாடங்கள் என்னுடன் உள்ளன. இன்ஷா அல்லாஹ் இறைவனின் விருப்பப்படி என் பணி தொடரும்.

அன்னா குனின்

நான் முதன்முதலில் ஹஸ்ரத்தைச் சந்தித்தபோது ஒரு புதியவரைச் சந்திப்பதாகத் தோன்றவில்லை. ஏதோ என் குழந்தைப்பருவத்திலிருந்து தெரிந்தவரை சந்திப்பதுபோலவே உணர்ந்தேன். முதன் முதலில் தியானம் செய்வதன் அவசியம் பற்றி ஹஸ்ரத் பேசினார்கள். நமது ஒரு நாளின் செயல் பாடுகளால் இருள் சேர்ந்துவிடுகிறது. அந்த இருளைப்போக்க தியானம்தான் வழி என்று கூறினார்கள். இறைவன் நம்மோடு எப்போதுமே இருக்கிறான். ஆனால் நாம்தான் அவனோடு எப்போதும் இருப்பதில்லை என்பது சில சந்திப்புகளிலேயே எனக்குப் புரிந்தது... என் கணவர் ஏற்காவே முஸ்லிமாகி யிருந்தார்... நான் ஹஸ்ரத்தைச் சந்தித்தபோது முஸ்லிமாக வேண்டும் என்று கேட்டுக்கொண்டேன். இஸ்லாமும் ஸூஃபித்துவமும் ஹஸ்ரத் எனக்குக்கொடுத்த பரிசுகளாகும்.

டேனியல் வான் ஸ்டார்மர்

நான் முதன் முறையாக ஹஸ்ரத்தைச் சந்தித்தபோது ஒரு ஒளியும் ஒரு பேராற்றலும் அவர்களிடமிருந்து வெளிப்பட்டுக் கொண்டிருந்ததை உணர்ந்தேன். அப்போது எண்பதுகளில் ஹஸ்ரத் இருந்தாலும் இளமையாகவும் ஆற்றலோடு இருந்ததாகத் தோன்றியது. அவர்களின் இளகிய தன்மையும், கொடுக்கப்பட்ட பயிற்சிகளின் கண்ணியமும் அவற்றின் உடனடிப் பலன்களும் என்னை ஈர்த்தன. என்னையறியாமலே நான் அதில் ஈடுபட்டேன். சொல்லப்பட்டது கொஞ்சம்தான் என்றாலும் அது என்னை ஒட்டுமொத்தமாக உலுக்கிப்போட்டுவிட்டது.

ஹஸ்ரத் என்னிடம் கொடுத்த முதல் பிரசுரத்தில் அவர்களது குறியீடான கலங்கரை விளக்கம் இருந்தது. எவ்வளவு எளிமையான ஆனால் ஆற்றல் மிகுந்த குறியீடு!

அபூ அனீஸா காரி மிட்சல்

நான் சூஃபிப்பள்ளிக்குத் தற்செயலாகத்தான் சென்றேன். ஏற்கனவே சில முறைகள் அங்கு சென்று தியானப்பயிற்சிகளில் ஈடுபட்ட ஒரு நண்பரின் சிபாரிசின் பேரில். அப்போது சூஃபித்துவம் பற்றி எனக்கெதுவும் தெரியாது. நான் ஒரு சூஃபி குருவைத் தேடியும் செல்லவில்லை. அங்கே அமர்ந்து அவர்களோடு தியானம் செய்தேன்.

சில வாரங்கள் கழித்து ஹஸ்ரத் லண்டனுக்கு வந்தார்கள். கிழக்கு லண்டனில் ஒரு வீட்டின் மாடி அறையில் ஹஸ்ரத் தரையில் அமர்ந்திருந்தார்கள். அவர்களது எளிமை என்னைக் கவர்ந்தது. தியானம் எப்படிச்செய்யவேண்டும் என்று சில நடைமுறை ஆலோசனைகளை ஹஸ்ரத் எனக்குச் சொன்னார்கள்.

அதன்பிறகு அவர்களை நம்பலாம் என்று எனக்குத் தோன்றியது. நான் தொடர்ந்து தியானம் செய்துவந்தேன். வாராவாரம் நடந்த குழு சந்திப்பிலும் கலந்துகொண்டேன். ஆனால் என் இதயத்தில் ஏதோ நிகழ்ந்துகொண்டிருந்தது என்பதைப் புரிந்துகொள்ள எனக்குக் கொஞ்ச காலம் ஆனது. என் நுட்ப மையங்களில் ஏற்பட்ட உணர்வுகளை என்னால் இப்போது தெளிவாக நினைவு கூற முடியும். அதன்பிறகு ஹஸ்ரத்திடம் தீட்சை பெற்றுக் கொண்டேன். நான் அவர்களிடம் கடிதம் மூலமாகவோ தொலைபேசி மூலமாகவோ கேட்க விரும்பிய கேள்விகளுக்கான விடைகளை நான் என் இதயத்திலேயே கண்டுகொண்டேன்.

ஹஸ்ரத் அவர்கள் அடுத்தடுத்து லண்டனுக்கு வந்தபோது அவர்களுக்குத் தேநீர் கொடுக்கவும், அவர்களது தேவைகளை கவனித்துக்கொள்ளவும் எனக்கு வாய்ப்பு கிடைத்தது. ஹஸ்ரத்தின் வழிகாட்டுதலும் நக்ஷபந்தி முஜத்திதி பாதையின் பயிற்சிகளும் என் வாழ்க்கைக்கு ஓர் அர்த்தைக் கொடுத்தன. நான் மக்காவுக்கு ஹஜ் யாத்திரை மேற்கொண்டபோது ஹஸ்ரத்துக்கு ஃபோன் செய்து பேசினேன். அவர்கள் மப்ரூக், மப்ரூக் (வாழ்த்துக்கள்) என்று சொன்னதை என்னால் மறக்கவே முடியாது.

10

நக்ஷபந்தி முஜத்திதி பாதையின் ஆன்மிகப் பாரம்பரிய தொடர்

(முக்கிய நபர்களின் பெயர்கள் மட்டும்)

இப்பாதை ஹஸ்ரத் அபூபக்கர் சித்தீக், பஹாவுத்தீன் நக்ஷபந்த், அஹ்மத் சர்ஹிந்தி, ஆதம் பனூரி ஆகியோர் வழியாக 33வது குருக்கள் வரிசையில் நபிகள் நாயகம் (ஸல்) அவர்களிடம் போய்ச்சேருகிறது.

ஹஸ்ரத் க்வாஜா முஹம்மது பஹாவுத்தீன் ஷாஹ் நக்ஷபந்த்
ஹஸ்ரத் ஷைஹ் அஹ்மத் ஃபரூக்கி சர்ஹிந்தி
ஹஸ்ரத் சையித் அப்துல் பாரிஷாஹ்
ஹஸ்ரத் ஹாஃபிஸ் ஹாமித் ஹஸன் அலவி
ஹஸ்ரத் முஹம்மது சயீத்கான்
ஹஸ்ரத் ஆஸாத் ரஸூல்

ஹஸ்ரத் ஹாமித் ஹஸன் (ஹஸ்ரத் ஆஸாத் ரஸூல் அவர்களின் மகன்)

(விரிவான குருநாதர்கள் வரிசைத்தொடரை www.sufischool.org வலைத்தளத்தில் The Silsilah of this Order என்ற பக்கத்தில் காணலாம்.

இந்தப் புத்தகம் எழுத உதவிய நூல்கள்

1. The Search for Truth
2. Writings from the Heart
3. Turning Toward the Heart
4. இதயத்தை நோக்கித் திரும்புதல்
5. சத்திய வேட்கை